संदेह
आणि इतर कथा

सुहास
शिरवळकर

 दिलीपराज प्रकाशन प्रा. लि.
२५१ क, शनिवार पेठ, पुणे - ४११०३०.

❖ संदेह आणि इतर कथा
Sandhya Ani Either Katha

❖ प्रकाशक
राजीव दत्तात्रय बर्वे
मॅनेजिंग डायरेक्टर
दिलीपराज प्रकाशन प्रा. लि.
२५१ क, शनिवार पेठ, पुणे - ४११०३०.

❖ © सुगंधा शिरवळकर
२५१/क, शनिवार पेठ,
पुणे - ४११ ०३०.

❖ **प्रकाशन दिनांक** - २० मार्च २०१०

❖ **प्रकाशन क्रमांक** - १७६०

❖ **ISBN -** 978 - 81 - 7294 - 785 - 9

❖ **टाईपसेटिंग**
पितृछाया मुद्रणालय,
९०९, रविवार पेठ, पुणे - ४११००२.

❖ **मुखपृष्ठ सजावट, मलपृष्ठावरील मजकूर -** सागर नेने

❖ **website:**www.diliprajprakashan.com
❖ **Email:**diliprajprakashan@yahoo.in

प्रिय मणी
उर्फ
चिंतामणी लागू -
नसलास, तरी तू आहेसच!

- सुशा

● अनुक्रमणिका ●

१. हुमा   ०५

२. पंछी   १९

३. मरण-खेळ   ३६

४. नियंत्रक   ४९

५. मृगया   ६८

६. ते घर !   ७९

७. 'कातळ' पॉइन्ट   ९४

८. संदेह   १०३

१

हुमा

सकाळपासून अंधारून आलेलं. संप सुरू होऊन आज एकविसावा दिवस, तरी काही निर्णय लागत नाही. संपावर राहावं, का कामावर जावं? म्हणून अबोल, अशांतपणे गेटबाहेर रेंगाळणाऱ्या कामगारांसारखे ढग आकाशात जमून राहिलेले. वारं आजारी असल्यासारखं मलूल. त्यात भर म्हणून समुद्राच्या खारेपणाची गुदमर.

दुपारी चारच्या सुमाराला एस.टी.स्टॅन्डमध्ये शिरली. स्पीडब्रेकर्सचे उंचवटे डचमळत पार करून उभी राहिली. हे शेवटचं स्थानक होतं. आत माझ्यासकट इन-मिन दहा-बारा माणसं होती. उतरण्याची घाई न करताही दोन मिनिटांत मला बाहेर पडायला जागा मिळाली. ब्रीफकेस हातात सांभाळत मी खाली उतरलो. नजर स्टॅन्डवरून फिरली.

एवढं आधी पत्र टाकूनही कश्यप न्यायला स्टॅन्डवर आला नव्हता. तो आला नाही, तरी मला ठरल्या ठिकाणी पोचायला हवंच होतं.

ब्रीफकेस खाली ठेवून रेनकोट चढवला. डोक्यावर पावसाळी हॅट घातली. बाहेर पडलो, तर पावसानं सलामीला सुरवात केली. पायी चालणाऱ्यांचे चालण्याचे वेग वाढले. वाहनं जोरात पळू लागली.

त्या धांदलीतही लोक कुतूहलानं वळूनवळून माझा चेहरा पाहत होते, की कोण बुबा आला हा या गावात!

मला त्यांच्या बघण्याची फार गंमत वाटली. एक लहान पोरगं तर उलटं मागे येऊन माझ्या तोंडाकडे पाहत माझ्या जोडीनं चार पावलं चाललं. खदखदून हसलो, तसं ओशाळत पुन्हा मागे पळून गेलं.

समुद्रकिनाऱ्यावरचं छोटंसं गाव. थोडीफार ब्राह्मणांची घरं सोडली तर बाकी सगळे कोळी. पायात पोटरीच्यावर जाणारे, रेनकोटात अदृश्य होणारे पावसाळी बूट...वर तुकतुकीत काळा रेनकोट... हॅट....असले ड्रेस बघायची त्यांना कशी सवय असणार?

आधी कश्यपच्या घरी जाऊन त्याला बरोबर घ्यावं, असा विचार करून, मी त्याच्या घराच्या दिशेनं चालू लागलो.

चार-पाच वर्षांपूर्वी एकदा आलो होतो. त्या आठवणीच्या जोरावर कश्यपचं घर सहज सापडेल, अशी कल्पना होती. पण आता पाहतो, तर सगळीच घरं सारखी! दगड-माती रचून घराची हद्द तयार केलेली. त्यात कसले तरी काटेरी वेल, झाडे उगवलेली. आत अंगण. अंगणात कडेनं नारळी-पोफळीची तुरळक झाडे. घराला ओसरी. ओसरीत झोपाळा. वर कौलाचं छप्पर. मागे वाडी.

कोणतंही घर कश्यपचंच वाटू लागलं.

शेवटी एकदोघांना विचारून नेमका कश्यपच्या घरासमोर येऊन उभा राहिलो. ओसरीतल्या झोपाळ्यावर बसून कश्यप स्वत: मंदपणे झोके घेत होता. त्याची माझ्याकडे पाठ होती. मी हाक मारताच तो दचकून मागे वळला. आनंदित चेहऱ्यानं उठला.

"अरे!....डी. के., तू आत्ता कसा?" त्यानं एकदम आश्चर्यानं विचारलं.

"कसा म्हणजे?..... माझं पत्र तुला मिळालं नाही?"

"नाही. कधी टाकलं होतंस?"

पुढे होऊन त्यानं माझ्या हातातली ब्रीफकेस घेतली. मी रेनकोट-टोपी काढत असतानाच त्याचा मुलगा बाहेर आला. त्यानं ते सगळं खिळ्याला लटकवलं. "तू,तू त्या 'अशर्फी महल'च्या संदर्भात काही निर्णय घेण्यासाठी

आलायस का?'' कश्यपनं अस्वस्थ होत विचारलं.

''निर्णय नाही, मी 'अशर्फी महल' विकत घेतला आहे!'' मी हसून म्हणालो.

तो एकदम गप्प झाला. त्याचा मुलगा डोळे फाडून माझ्याकडे पाहायला लागला. कोण आले आहे, आपला नवरा कोणाशी बोलत आहे, हे पाहण्याकरता शांतावहिनी बाहेर आल्या होत्या, त्याही दरवाजाशी खिळून उभ्या राहिल्या.

''तुम्ही लोक इतका बाऊ का करता, तेच कळत नाही!'' मी त्रासल्या आवाजात म्हणालो, ''का आपलं, चार-दोनशे वर्षांपूर्वीचं जुनं घर असलं, की ते भुताचं म्हणून ठरवूनच टाकायचं! कोणाला काही अनुभव आले आहेत का?''

काहीतरी बोलण्यासाठी कश्यप अगदी तटतटला होता. पण त्यापूर्वीच शांतावहिनी म्हणाल्या-

''भावोजी, आत्ताच आला आहात ना? बसा. चहा घ्या. खायला काहीतरी करते. मग निवान्तपणे बोलायला रात्र मोकळी पडली आहे. आत्ताच कशाला तो विषय?''

''पण...'' त्यांच्या चेहऱ्याकडे लक्ष जाताच मी बोलणं सोडून दिलं. म्हणालो, ''ओ.के. नंतरच बोलू आपण.''

''रवि''- कश्यपनं गंभीरपणे आपल्या मुलाला उद्देशून सांगितलं, ''दाते- काकांना सांग, मुंबईचे डी.के. अंकल आले आहेत. गप्पा मारायला या!''

* * *

''मी जे ऐकलं, त्यात काही तथ्य आहे का?'' मी दातेकाकांकडे रोखून पाहात विचारलं. तेही माझ्याकडे एकटक पाहत होते; पण मी पैजेवर सांगू शकलो असतो - त्यांना मी दिसतही नव्हतो. ते स्वतःच्याच विचारांमध्ये हरवले होते. काहीतरी अमानवी दिसत असल्याप्रमाणे त्यांच्या घाऱ्या डोळ्यांमधल्या बाहुल्या विस्फारित झाल्या होत्या. बिलकूल मांस नसलेला, गोरापान, हाडकी चेहरा आणखीनच पांढराफटक पडलेला होता.

ओसरीवर सात-आठ माणसं जमली होती. त्यातल्या दातेकाकांची

मागच्या वेळी ओळख झाली होती. इतर कोणालाही मी ओळखत नव्हतो, मला कोणी ओळखत नव्हतं. एका माणसाला शक्य झालं तर, सर्वनाशापासून परावृत्त करावं, या एकाच चांगल्या हेतूनं ही माणसं पावसापाण्यात, अंधारात ठेचकाळत इथे जमा झाली होती.

माझ्या प्रश्नाला अण्णा धारपांनी उत्तर दिलं. तेही अगदी ठामपणे, मोजक्या दोन शब्दांत-''तथ्य आहे!''

''पण....मी 'अशर्फी महल' साठ हजारांना विकत घेतला आहे!''

''म्हणून जे आहे त्यात बदल होत नाही! विकत घेतला असेल, तर तुम्ही तो परत कोणा अपरिचिताला विकू शकता. नाही विकला गेला तर वर्ष-दोन वर्षं कष्ट करून, गेलेले साठ हजार परत कमावू शकता. पण गेलेले प्राण परत येत नाहीत, डी.के.साहेब!''

धारपांच्या त्या बोलण्यानं वातावरणात एक प्रकारचा गूढ ताण पसरला. पावसात चिंब झालेल्या चिमणीच्या पिल्लांसारखी माणसं एकदम मिटून गेली.

मी थरथरत्या हातानं सिगरेट शिलगावत कश्यपकडे पाहिलं. तो अगतिकपणे बोटाचं नख कुरतडत बसला होता. एकदम उसळून म्हणाला-

''मी ह्याला तेव्हाच सांगितलं होतं अण्णा,'अशर्फी महल' च्या नादी लागू नको! दिसायला असामान्यपणे सुंदर असली तरी, चेटकीणीशी कोणी लग्न करीत नसतं.

''आपल्या गावात वाड्या कमी का होत्या? तीस हजारांत रामू खोताची वाडी मिळवून दिली असती ह्याला. पण न सांगता-सवरता हा व्यवहार करून मोकळाच झाला म्हटल्यावर काय बोलणार?''

त्याचं संतापणं मला समजू शकत होतं. कश्यप माझा कॉलेजातलं मित्र होता. आमची दोस्ती अगदी पक्की होती. केवळ कश्यपकडे चार दिवस निवान्त रहायचं, म्हणून मी चार-पाच वर्षांपूर्वी कलाटणेला आलो होतो आणि त्या वेळी हिंडताना मला 'अशर्फी महल' पाहायला मिळाला होता. पाहताक्षणी मी त्याच्या प्रेमात पडलो होतो आणि त्याच वेळी कश्यपनं मला 'महल'बद्दलच्या अफवा सांगून सावध केलं होतं.

त्या महलवजा हवेलीला 'अशर्फी महल' हे मोगलकालीन नाव कोणी दिलं होतं कोण जाणे! पण कलाटणं गावाचा असा दावा होता की, अमावस्येच्या नि पौर्णिमेच्या रात्री तिथे नाण्यांची रास ओतल्यासारखा खळखळ आवाज येतो. त्या आवाजालाच एक दंतकथेची जोड मिळाली होती की, मोगलकाळात कोणा महंमद रसूल नावाच्या मोगल सरदाराचं इथे वास्तव्य होतं. त्याची राणी बेगम हुमा ही अत्यंत रूपवान होती. तिच्या सौंदर्याची कीर्ती भारतभर पसरली होती. तिच्या सौंदर्यावर भाळून सुलतानाने (आता हा सुलतान कोण हे मात्र ठामपणे कोणाला सांगता येत नव्हतं!) महमद रसूलच्या महालाला वेढा दिला. त्याची कोंडी केली. शेवटी रसूल सुलतानाला शरण आला. एक लाख अशर्फीच्या बदल्यात त्यानं हुमा देण्याचं मान्य केलं.

त्या रात्री मोठा जश्न झाला. हुमा स्वत: चांगली नर्तकी होती. ती या महोत्सवात खूप नाचली. खूष होऊन सुलतानानं एक लाख अशर्फीचा तिच्यावर वर्षाव केला. पण म्हणे, ती रास इतकी प्रचंड होती की, नाजूक हुमा त्या अशर्फीखाली चेंगरून, गुदमरून मरून गेली! ते पाहून महमद रसूल संतापानं वेडा झाला. त्यानं तलवार उपसली. मोठं युद्ध झालं. त्यात रसूल आणि त्याचं सारं सैन्य मारलं गेलं. सुलतान कष्टी होऊन निघून गेला!

तर गावाचं म्हणणं असं की, ही हुमा दर अमावस्या-पौर्णिमेला या अशर्फीच्या ढिगातून बाहेर येते. बेभान होत नृत्य करते. तिची वेळ झाली की, तिच्यावर अशर्फी कोसळतात, नि सगळं नाहीसं होतं!

आता या हकिकतीत गंमत अशी—आधी मला नुसतंच अशर्फीच्या खणखणाटाबद्दल कळलं होतं, त्यात आता हुमाच्या नृत्याची भर पडली! नृत्य म्हणताच, सारंगी, पखवाज वगैरे वाद्यांची भर पडली! ज्याला 'तबला' हा त्या वेळी अस्तित्वात नव्हता हे माहीत नव्हतं, अशा एकानं तर स्वत: तबल्याचे कड्-कड् बोल ऐकल्याचंही छातीठोकपणे सांगून टाकलं होतं.

कसा विश्वास ठेवावा या हकिकतीवर मी?

पण एक नक्की; कलाटणं गावाचा त्या हकिकतीवर पुरेपूर विश्वास होता. 'अशर्फी महल'मध्ये अमानवी वास्तव्य आहे, याबद्दल गावाचं दुमत नव्हतं.

दाते इतका वेळ दोन्ही गुडघ्यांभोवती हाताचं वेटोळं घालून त्यावर हनुवटी टेकवून निष्प्राण बसून होते. कश्यपला चिडलेला पाहून त्यांनीही त्याच्या सुरात आपले सूर मिसळले.

"डी. के. साहेब, हा म्हणतो ते खरं आहे. तुम्हाला चार दिवस निवान्त राहता यावं, म्हणून समुद्रकिनारी घरच हवं होतं, तर ते केव्हाही मिळू शकलं असतं. वाड्या विकून इथली माणसं पोटा-पाण्यासाठी मुंबई-पुण्यासारख्या मोठ्या शहरी जायला केव्हाही उत्सुक असतात. इतकी घाई उगाच केलीच तुम्ही. 'अशर्फी महल'चे व्यवहार पूर्ण करण्याआधी गावाचा सल्ला घ्यायला हरकत नव्हती."

"हे पहा-" मी थोडासा गांजल्या स्वरात म्हणालो,"मी काय करायला हवं होतं, नि काय नको होतं, यावर आता चर्चा करण्यात अर्थ नाही. मी'अशर्फी महल' विकत घेतला आहे आणि पुढे-मागे इथेच स्थायिक होण्याचा माझा विचार पक्का आहे! तुम्ही लोक हुमा बेगमची दंतकथा सांगता, तिला काही आधार आहे का? का, हा सांगतो, तो सांगतो- त्यात तिसरा स्वत:ची भर घालतो-असाच प्रकार सगळा?"

"मी ऽ माझ्या डोळ्यानं पाहिला ऽ" एकजण चटकन म्हणाला. मी त्याच्याकडे पाहिलं, तर मला गुदगुल्या केल्यासारखं हसूच यायला लागलं. तो स्वत:च्या डोळ्यांचा भरवसा देत होता, नि त्याचे डोळे तर पार चकणे! माझ्या बोलण्यावर तो बोलत होता, म्हणून माझ्याकडे पाहतोयस गृहीत धरता येतं होतं, नाहीतर तो अण्णा धारपाकडेच पाहत आहे असं वाटत होतं!

मी हसलो. मी का हसलो ते ओळखून कश्यपही हसला. पण सांगणाऱ्यानं आमचं हसणं मनावर न घेता, आपल्या कोकणी ढंगानं आपली हकिकत घोळवून-घोळवून सांगितली. इतरांच्या मदतीनं त्यातला घोळ काढून टाकल्यावर, मला ती घटनांच्या स्वरूपात कळली.

हा संतू एका संध्याकाळी फिरत-फिरत 'महल' च्या बाजूला गेला होता. तेवढ्यात महालाचा मोठा दरवाजा किंचित उघडा असल्याचा त्याला भास झाला. कुतूहलानं संतू आणखी पुढे गेला, तर दाराच्या फटीतून

आतला उजेड त्याला दिसला. कोणीतरी इथे रात्रीसाठी मुक्कामाला आलं असेल, तर त्याला सावध करून गावात उतर म्हणून सांगावं, असा विचार करून संतूनं आत डोकावलं. समोरच पाठमोरा रेंगाळणारा एक उंच धिप्पाड माणूस पाहून संतूनं शुक-शुक करून त्याचं लक्ष आपल्याकडे वेधून घेतलं.

तो माणूस मागे वळला, तशी मात्र संतूला एकदम भीती वाटली. कारण, कोणीतरी तीक्ष्ण हत्यारानं वार करून डोक्याचा पुढचा भाग कापून काढावा, तसा त्या माणसाचा चेहरा कापून टाकलेला होता!

संतू भीतीनं किंचाळणार होता; पण त्यापूर्वीच तो बिनचेहऱ्याचा माणूस खदखदून हसला आणि संतूची दातखीळ बसली. तोंडून कसलाच आवाज फुटेना. कसाबसा तो मागे वळला, जीव खाऊन धावायला लागला, तो एकदम गावातच थांबला!

संतूच्या या हकिकतीला बऱ्याच जणांनी दुजोरा दिला. संतूला म्हणे, चार दिवस बोलताही येत नव्हतं. झोपेत तो जोरजोरात किंचाळत उठायचा. शेवटी कोणा मांत्रिकानं उपचार केले, तेव्हाच तो बरा झाला.

एकानं सुरुवात करताच इतर माणसंही आपापले अनुभव सांगू लागली. बघता-बघता माझ्यासमोर भुताटकीच्या अचाट प्रकारांचा ढीगच लागला. क्षणभर मीही संभ्रमात पडलो,'अशर्फी महल' विकत घेऊन आपण मूर्खपणा केला की काय? पण अर्थात, हा संभ्रम क्षणभरच टिकला. कारण, मी पूर्णत: त्यांच्या कह्यात जाऊन त्यांच्या हकिकती ऐकत नव्हतो. त्यामुळे त्यांतली विसंगती मला नेमकी हेरता येत होती. उदाहरणार्थ, संतूची दातखीळ बसली होती, त्याला चार दिवस बोलताच येत नव्हतं, तर तो किंचाळू कसा शकत होता? कोणीही माणूस समोर दिसत नसताना, प्रभ्या गुरवासमोर अधांतरी तरंगत एक फळांनी भरलेलं ताट आलं होतं, तर त्याच अदृश्य शक्तीनं, प्रभ्या पळून जाण्यापूर्वी बाहेरचा मोठा दरवाजा बंद का करून घेतला नाही? दातेकाका तर नेमके कोणत्यातरी कारणानं पौर्णिमेच्या रात्रीच महलपाशी होते, त्यांनी आत डोकावून हुमाचं नृत्यही पाहिलं होतं! हुमानं म्हणे, एक अशर्फी त्यांच्या दिशेनं फेकली होती. नंतर सकाळी पाहतात, तर खिशात एक चप्पट दगड तेवढा होता.

ओ.के.! 'नृत्या'नंतर हुमाच्या शरीरावर अशर्फीचा वर्षाव होतो, तर नृत्य चालू असताना तिच्याजवळ अशर्फी कुठून आली?

मला सगळं कळत होतं; पण अशा वेळी अविश्वास दाखवला, तर सांगणारा बिथरतो आणि शेवटी आटतो. मला ते नको होतं. चांगल्या जमलेल्या मैफिलीच्या बेरंग व्हावा, अशी माझी इच्छा नव्हती. म्हणू मी त्या शंका मनातच ठेवल्या.

रात्री अकराच्या सुमाराला वातावरणात गूढपणा पसरवून गप्पांची मैफल संपली, तेव्हा सगळ्यांचा एकच निष्कर्ष निघाला -

कोणत्याही कारणासाठी मी 'अशर्फी महल' स्वतःच्या ताब्यात ठेवू नये. इतकंच नाही, तर तिकडे फिरकूही नये. महलचे विचारही डोक्यातून काढून टाकावेत!

सगळी माणसं पांगली. ओसरीवर फक्त मी, कश्यप, रवि आणि शांतावहिनी. कंदिलाच्या पिवळसर अशक्त प्रकाशात चौघांचे बावरलेले चेहरे.

बाहेर काळाकुट्ट अंधार. पाऊस धो-धो कोसळतोय!

''डी.के. ......'' कश्यपनं मंदपणे हसत विचारलं, ''आता तुझा काय विचार आहे?''

''हे बघ कश्यप, तुझा विश्वास बसत असेल तर माझं काहीही म्हणणं नाही. पण माझा असल्या भाकड कथांवर कणभरही विश्वास बसणार नाही. समजलं?'' मी तीव्र नजरेनं त्याच्याकडं पाहत हट्टी स्वरात म्हणालो.

''समजलं. थोडक्यात म्हणजे, तू तुझा हट्ट सोडणार नाहीस!''

''नाहीच-''

''तू 'अशर्फी महल'ला जाणार?''

''होय, जरूर जाणार.''

''तिथे राहणार?''

''काही वेडे-वाकडे अनुभव येत नाहीत, तोपर्यंत तरी नक्की राहणार!''

''मग, इतका धीट आहेस तर असं का नाही करीत?'' छद्मीपणे हसत कश्यप म्हणाला, ''आज अमावस्या आहे. आजच जा की!''

मी क्षणभर कश्यपकडे रोखून पाहिलं. मग त्याचं आव्हान स्वीकारलं.

"आज अमावस्या आहे?....मग आजच जाणार! निघतोच मी. निदान हुमाचा......"

"भावोजी-" शांतावहिनी पुढे होत म्हणाल्या, "ह्यांच्या काय नादी लागता? उगाच भलतंसलतं धाडस करू नका. उद्या सकाळी जा कुठे जायचं ते. हेही येतील बरोबर."

"मी मुळीच जाणार नाही! दोस्त असला म्हणून दोस्ताच्या मूर्ख हट्टापायी जीव देत नाही कोणी त्याच्या जोडीनं!" कश्यप संतापून म्हणाला.

"तू नकोच येऊस. अमावस्येची रात्र आहे. बाहेर अंधार आहे. पाऊस कोसळतो आहे. भुतंबितं मोकळी असतात!" मी त्याला डिवचलं- "तुझ्यासारख्या भित्र्या माणसाचं काम नाही ते!"

"नाही, तुझ्यासारख्या अविचारी माणसाचंच आहे!"

मी हसलो. उठून उभा राहिलो. शांतावहिनी जीव तोडून- 'जाऊ नका' म्हणून होत्या. तो मात्र रागानं धुमसून-धुमसून पाहत होता. मी वहिनींच्या विनवणीला मुळीच बधलो नाही. सामान त्यांच्याकडेच ठेवलं. त्यातलं एक लोड केलेलं रिव्हॉल्वर, एक छोटी गुप्ती, नि चार सेल्सचा पोलीस टॉर्च तेवढा बरोबर घेतला. मुद्दाम कश्यपकडे पाहत वहिनींना सांगितलं -

"उद्या सकाळी जेवायला येणार आहे बरं का, वहिनी मी!"

"जगलो तर-" कश्यप उद्गारला.

त्याला उत्तर न देता मी बाहेर पडलो.

'अशर्फी महल' कुठे आहे ते कोणाला विचारण्याची आवश्यकता नव्हती. एकतर तो अगदी किनाऱ्याला लागून आहे, हे माझ्या चांगलं लक्षात होतं. तेच महलचं खास वैशिष्ट्य माझ्या मनात ठसलेलं होतं आणि दुसरं म्हणजे, गाव संपता-संपता लांबवर महलची बाह्य आकृतीच जाणवत होती.

मुसळधार पाऊस रेनकोटवर, हॅटवर तडतडत होता. हवेतला ओलसर गारवा आता चांगलाच जाणवत होता. पावसाच्या धारांवर प्रकाशझोत मारत मी संपूर्ण रस्त्यानं एकटाच एखाद्या भुतासारखा चाललो होतो.

सहज मनात विचार आला -

किती भोळे नि अंधविश्वासू असतात हे खेड्यातले लोक! कशावरही त्यांचा चटकन विश्वास बसतो आणि एकदा बसला की, पक्का ऑईलपेन्टच! कितीही समजावून सांगा, युक्तिवाद लढवा, पुरावे द्या..त्यांच्या विश्वासाला तडा जायचा नाही.

अर्थात माझ्या दृष्टीनं तेच योग्य होतं. योग्य म्हणजे माझ्या फायद्याचं!

ते येईलच आता ओघा-ओघानं.

गाव मागे पडलं. समुद्राच्या खाऱ्या वाऱ्याचा वास नाकाला प्रकर्षाने जाणवला. बेभानपणे उसळणाऱ्या लाटांचा धीरगंभीर जल्लोष कानावर पडला आणि 'अशर्फी महल'चं या ट्रिपमधलं पाहिलं अंधारं दर्शन मला झालं. क्षणभर पावलं थबकली. नजर त्या भव्य, काळ्याशार आकृतीवर स्थिरावली.

महालाच्या तीन बाजूंनी दगडी तटबंदी होती. पूर्वी कधी ती पुरुष-दोन उंचीची, मजबूत, भव्य, अनुल्लंघनीय असावी. काळाच्या ओघात आता ती ठिकठिकाणी इतकी ढासळली होती, की एका उडीतही पलीकडे जाता यावं. पडलेले चौकोनी चिरे टेकाडाच्या खडकांमध्ये बेमालूमपणे मिसळून गेले होते. महालात किती खोल्या होत्या, त्या किती मोठ्या होत्या, याची प्रत्यक्ष माहिती मला नव्हती. पण दिसणारी दर्शनी रुंदी सहज शे-सव्वाशे फुटांच्या आत-बाहेर होती, वर चार काळे तुकतुकीत असे मोगलकालीन घुमट होते. जुन्या पद्धतीप्रमाणे प्रत्येक दोन घुमटांमधे एक, असे तीन प्रशस्त व्हरांडे असतील, तर फारच छान होतं.

मऊशार, ओलसर रेतीतून चालत मी 'अशर्फी महल'च्या छोट्या, खडकाळ टेकडीवर उभा होतो. तिच्या पायथ्याशी येऊन थांबलो, त्याच वेळी मला तो आवाज जाणवला आणि माझ्या तोंडून नकळत एक पोकळ शीळ निघून गेली.

अमावस्येची मोठी भरती होती. लाटा पार माझ्या पायांना रेटून मागे जात होत्या, नि कशावर तरी आपटत असल्याप्रमाणे सपक-सपक आवाज येत होता.

- पाणी थेट महालाच्या मागच्या भिंतीपर्यंत उसळून आपटत असावं!

नाईस!

खूष होऊन मी हातातला टॉर्च महालाच्या दिशेनं फिरवला. प्रकाशरेषा फिरत फिरत महालाच्या प्रचंड दरवाजावर स्थिरावली. काळंशार सागवानी लाकूड चमकलं. त्यावरचे खिळे दिसले. मी टॉर्च बंद केला. पुन्हा लावला. एक काळाशार, धिप्पाड माणूस त्या दारातून वाकून बाहेर आला. हातांची घडी घालून स्तब्ध पुतळ्याप्रमाणे उभा राहिला.

संतूची हकिकत आठवून माझ्या हृदयाचा एक ठोका चुकला. अंगावर सरसरून काटा फुलला. मग मी हसून विचारलं -

"असलम- ?"

"जी, मालिक!"

निर्धास्तपणे टेकाड चढून मी वर गेलो. असलमच्या मागोमाग दिंडी दरवाजातून आत शिरलो. टॉर्चच्या प्रकाशात सहज घड्याळाकडे नजर टाकली -

बरोबर रात्रीचे बारा वाजले होते!

मध्यरात्रीचे बारा वाजले होते!

रात्र अमावस्येची,

आणि मी पहिल्यांदाच 'अशर्फी महल'मध्ये पदार्पण केलं होतं!

माझा अंदाज अगदी अचूक होता -

समोर तीन प्रशस्त ओसऱ्या होत्या. मधल्या ओसरीच्या खिळ्यांना दोन बाजूंना मंद प्रकाश देणारे दोन कंदील टांगण्यात आले होते. मधोमध असलमसकट आठ माणसं आदबीनं माझ्याकडे पाहत उभी होती.

"देवदत्त, सगळं ठीक?" एकाच्या चेहऱ्यावर नजर रोखत मी विचारलं.

"होय मालिक."

"चला -"

सगळे मागे वळले. शांतपणे चालत एका दालनात आले. मी आत येताच दालनाचं मोठं दार असलमनं लावून घेतलं. दालनात नजर फिरवून मी उद्गारलो -

"वा देवदत्त, वा! तू खरोखरच उत्कृष्ट व्यवस्थापक आहेस!"

देवदत्त लाजरं हसला. खाली मान घालून उभा राहिला.

महालाचं ते दालनं बरंच मोठं होतं. मध्यभागी एक लांबलचक टेबल होतं. त्याच्या बाजूंना खुर्च्या होत्या. टेबलावर या क्षणी रिकाम्या डिशेस मांडलेल्या होत्या. दर दोन माणसांमध्ये एक मोठी मेणबत्ती लावलेली होती. तेवढा टेबलाच्या आसपासचा भाग त्या मंद प्रकाशानं उजळून निघाला होता. बाकी सगळा अंधार.

"भूक लागली मालिक?"

"लागली आणि नसती लागली तरी ही व्यवस्था पाहून लागली असतीच!" मी प्रसन्नपणे हसत म्हणालो.

"बसा ना मग. आम्ही सगळे आपल्यासाठीच थांबलो आहोत."

असलमनं कुठूनशी एक छानशी खुर्ची आणून तिसऱ्या बाजूला मांडली. तीवर मी बसलो. चारजण इकडे बसलो, चार जण तिकडे.

"देवदत्त, हे नक्षीकाम वगैरे असलेल्या खुर्च्या कुठून मिळवल्यास?" खुर्चीचे हात चाचपडत मी विचारलं.

"इथे बरंच सामान आहे मालिक."

"वा! फारच सुरक्षित झालो मग आपण!"

मल खूष करण्यासाठी एक-एक जण अशी माहिती देत होता. हरीपाल एकीकडे डिशमध्ये पदार्थ वाढीत होता. झणझणीत कालवणाच्या वासानं माझ्या तोंडाला पाणी सुटत होतं. शेवटी खायला सुरुवात करण्यापूर्वी मी निष्कर्ष काढला -

"एकूण, चार-पाच वर्षांपूर्वी 'अशर्फी महल' आपल्या धंद्याचा मुख्य अड्डा करण्याची कल्पना माझ्या मनात आली, ती योग्यच होती तर!"

"होय मालिक" देवदत्त अदबीनं म्हणाला,"गावात या महालाबद्दल बरंच काही बोललं जातं. त्यात आपण बऱ्याच चमत्कारांची भर घातल्याने, दिवसाउजेडीही कोणी इकडे फिरकत नाही. निर्धास्तपणे आपण इथे माल उतरवून घेऊ शकतो."

"ठीक आहे. आता खाऊन घेऊ. आरामात झोप काढू. उद्या सकाळी मुख्य कामाच्या संदर्भात बोलता येईल."

माझ्या मागोमाग सर्वांनी खायला सुरुवात केली. दालनात मचक्-मचक् आवाज तेवढे होत राहिले.

* * *

सारंगीचे स्वर अगदी मुलायमपणे रात्रीच्या शांत वातावरणात दरवळले.

त्यांच्या स्वरात मिसळत बीन झणझणली.

पखवाजाचे बोल समेवर येत कडाडले.

पाठोपाठ दबक्या आवाजात कुजबुज..

मी डोळे उघडले.

आसपास अंधार. माझी माणसं शांतपणे घोरत पडलेली.

खूप दुरून आल्यासारखा वाटणारा हा आवाज कुठून येत होता?

कुठेतरी मैफिलीची तयारी चाललेली!

धडधडत्या अंत:करणानं मी उठून बसलो. कानांत प्राण आणून आवाजांची दिशा घेऊ लागलो. मग भारावल्याप्रमाणे एक-एक पाऊल टाकत चालू लागलो.

दालनाची माहिती नव्हती. दारं कुठे असतील त्यांचा अंदाज येत नव्हता. पण काहीही अडत नव्हतं. जणू या महलमध्ये वर्षानुवर्षे वावरत असल्याच्या सराईतपणे मी चालत होतो. एक-एक दालन मागे पडत होतं. अंतराचा एक-एक पडदा दूर होत होता. क्षणाक्षणाला आवाज स्पष्ट होत होते.

शेवटचं दालन!

दरवाजाबाहेर दोन पहारेकरी उभे. त्यांच्या अंगावर मोगलकालीन कपडे. पाठीला ढाली. हातांत भाले. कमरेला तलवारी.

मुळीच न घाबरता मी संथपणे त्यांच्यासमोर येऊन उभा राहिलो. मला पाहताच त्यांनी लवून सलाम केले.

आतले वाद्यांचे आवाज आता अधिक स्पष्ट झाले होते. आतली माणसं उर्दू-हिन्दीत आपापसात बोलत होती.

मी खूण करताच पहारेकऱ्यांनी दार उघडलं. दारावरचे पडदे माझ्यासाठी बाजूला करून ठेवले.

क्षणभर छातीत धडधडलं. दुसऱ्या क्षणी मी त्या मैफिलीत प्रवेश केला...!

* * *

दालन माणसांनी गच्च फुललं होतं. जागोजागी ढालींच्या पाठी, तलवारींची टोकं नि भाल्यांचे शेंडे दिसत होते. शमादानांमध्ये मशाली तेवत होत्या. झुंबरांमधून अत्तराचे दिवे प्रकाशले होते. त्या लख्ख प्रकाशात सर्वांच्या दाढ्या लकाकत होत्या. मी शांतपणे मैफिलीवरून नजर फिरवत असतानाच, मैफल एकटक माझ्याकडे पाहत होती.

एक-एक चेहरा न्याहाळत माझी नजर त्या रुबाबदार तरुणावर खिळली. तो दुःखीकष्टी नजरेनं माझ्याकडे पाहत होता. घोर अपमान झाल्याप्रमाणे त्याचा गोरापान चेहरा लालबुंद दिसत होता. संतापानं हातांच्या मुठी वळल्या जात होत्या.

पावला-पावलांने सरकत मी तरुणाच्या दिशेनं आलो. थेट त्याच्या सिंहासनाच्या पायथ्याशी येऊन उभा राहिलो.

त्यानं स्थिर नजरेनं माझ्याकडे पाहिलं.

मैफल एकदम स्तब्ध.

"हुमा!"

त्याच्या तोंडून वेदनेत डुबलेली ती हाक बाहेर पडताच, कसल्याशा अनामिक दुःखाने माझं काळीज पिळवटलं. डोळ्यांत अश्रू तरारले.

दुसऱ्या क्षणी मी त्याला मुजरा केला. एक गिरकी घेतली.

सारंगी वाजू लागली.

बीनच्या तारा झंकारल्या.

पखवाजानं अचूक ठेका पकडला....

मी बेभान होत नाचू लागलो!

नाचताना माझ्या मनात एकच प्रश्न पुसटपणे, एकदाच डोकावून गेला - पुढच्या मैफिलीत 'हुमा' कोण असेल?

OOO

२

पंछी

राजाराम त्याच्या स्पेशल रूममधल्या एका कोपऱ्यात पोटाशी गुडघे घेऊन बसून होता. गुडघ्याभोवती आपल्या कृश हाताची त्यानं चिवट मिठी घातली होती. मधेच तो आपली मान आखडून, गुडघ्यात तोंड खुपसून बसायचा. त्या वेळी त्याचे डोळे गच्च मिटलेले असायचे, तर मधेच, मान बगळ्यासारखी लांब करून तो खोलीभर टकामका पाहू लागायचा. त्या वेळी त्याचे डोळे भीतीने-संशयाने विस्फारलेले असायचे.

खरंतर, अभद्र हेल काढून, त्याला जोरजोरात रडावंसं वाटत होतं. तसा तो रडला असता, तर कोणी काही त्याच्याकडे लक्ष दिलं नसतं. त्याला हसलंही नसतं. त्याचं त्यालाच मोकळं मोकळं वाटलं असतं. पण त्याला तसं रडता येत नव्हतं. आपण आता एकवीस वर्षांचे होऊ आणि मोठी माणसं अशी लहान मुलासारखी रडत नसतात, हे त्याच्या मनावर कोणीतरी छानपैकी बिंबवलं होतं. म्हणून अगदी धाय मोकलून रडावंसं वाटलंच, तर त्याचा चेहरा रडवेला... गोरामोरा व्हायचा. जबडा घट्ट बंद होऊन, खालचा ओठ तेवढा दिव्यातल्या तुटलेल्या तारेसारखा लोंबत रहायचा.

मोठी माणसं रडतात काऽ?

त्याची मान स्वत:शीच नकारार्थी हलली.

मगऽ?...मोठा ना तूऽऽ? मान जोरजोरात होकारार्थी हलली.

कारणाशिवाय रडतात, ती कोण असताऽत? वेडी माणसं! तू आहेस का मऽग?

त्यानं ती शक्यता एकदमच झिडकारून टाकल्यासारखी मान झटकली.

त्याच्या दृष्टीनं त्याचं लॉजिक अगदी साधं....योग्य होतं.

वेडी माणसं फोन करू शकतात का तरी?

तो तर हवं तेव्हा, बेळगावला एस.टी.डी लावून, त्याच्या बंडूकाकाशी-देखील बोलू शकायचा! जास्त वेळ बोललं तर जास्त बिल येतं! म्हणून मग —

''बंडूकाका.....मी राजाराम!''

''काय रे राजा - काय म्हणतोस?''

''छान आहे! लवकरच घरी सोडणारेत मला! डॉक्टर दिवाणच म्हणाले. काका, ते डॉक्टर चांगलेयत, पण त्या प्रधानबाई आहेत ना, त्या मला आवडत; नाहीत! त्या मला 'मॅडकॅप' म्हणतात, म्हणून मी पण त्यांना 'वेडू' म्हणतो! ठेवू? बिल वाढतंय!''

कोपऱ्यात बसल्या-बसल्याच, त्यानं एकदा रूमवरून शोधक नजर फिरवली.

आहे छोटीशीच; पण छान आहे!

एक पलंग. एक टेबल-खुर्ची. संडास-बाथरूमही आहे; पण या शहरात त्यांना दारं लावायची पद्धत नाहीये!

आणि खरंय! दार पाहिजे कशाला? नाही का? 'मी शी करतोय' म्हटलं तर मुद्दाम कोण डोकावून पाहील?

- माणसांचा एकमेकांवरचा विश्वास कमी होत चाललाय हल्ली! म्हणून मग, दारं काय.....खिडक्या काय....त्यांना जाळ्या न् कुलपं काय....!

त्या खिडकीला ही जाळी नसती तर बरं झालं असतं! मुंडकं बाहेर काढून खालची रहदारी अगदी छाऽन दिसली असती!

उगाच जाळी मारून टाकलीय! नसती तर, काठावर बसून पाय

हालवत बसूनसुद्धा वेळ मजेत गेला असता!

परवा आपला, नुसताच ब्रेक्स कर्कश्शपणे करकरल्याचे आवाज आणि ठॉक्....धडाड्! आरडा-ओरडा अन् लोकांची पळापळ!

काय झालंय ते कुठे दिसतंय!

ही शिंची जाळी!

पण छान आहे. तिच्या परीनं ती जाळी पण छान आहे!

खाऽक करून तिच्यावर थुंकायचं! वीण इतकी बारीक आहे ना, तर थुंकलेलं सगळं बाहेर जात नाही काही, जाळीत अडकून राहतं! वाळायला लागलं आणि त्यावर प्रकाश पडला की असं रंगीत अन् चमकदार दिसतं!

वेडू प्रधान रागावते. असं थुंकतात का, वा!

थुंकतात! मोठी माणसंच असं थुंकतात. शहाणी माणसं तर तंबाखू अन् पान खाऊन रंगीत-रंगीत थुंकतात.

बसमधून.....कारमधून.....पायी चालताना.....

रंगपंचमीच्या दिवशी इथे विडा देण्याची पद्धत असेल का?

अर्थात, आपण कशाला इतके दिवस इथे थांबतो, म्हणा! दिवाण तर म्हणतायत, तुला काही झालेलंच नाहीये! पंधरा दिवसांत फाड-फाड इंग्लिश बोलत घरी जाशील! ते स्वत: खाड-खाड इंग्लिश बोलतात, तर ती वेडू प्रधान नुसती माना वेळावत, गुपचूप सगळं लिहून घेत राहते! म्हणजे त्यांना किती अक्कल असेल!

पण कल्पना काही वाईट नाही. जाताना दिवाणांना सांगून गेलं पाहिजे.

रंगपंचमी! हे दोन विडे तोंडात भरा. एक या गालात, एक त्या गालात! हैश्शा रे मेरे गब्रु! ती वेडू लिहून घ्यायला आली,की.....चुळ्ळ.....पुचुक!

वेडू प्रधानची पांढरी साडी पानाच्या लाल पिचकारीनं चितारण्याची कल्पना राजारामला इतकी आवडली की, आपण अत्यंत गंभीर आहोत आणि आपल्याला अतिशय भीती वाटते आहे हे विसरून, तो खदखदून हसायला लागला. त्याची चार तासांची पोझ तुटली. उठून, तो खोलीभर मोठ्या माणसासारखे हात मागे बांधून येरझारा घालत राहिला.

त्या पिचकारीनं त्याचा मूड बदलला होता. तोंडात पान असल्यासारखी जीभ गालात घोळावताना, त्याचे डोळे मिस्कीलपणे चमकायला लागले. प्रत्येक गोष्टीचं हसूच यायला लागलं. भिंतीत जाम ठोकून फिट केलेला आरसा होता. त्यातलं स्वत:चं प्रतिबिंब तर केवळच होतं!

दोन डोळे..दोन कान...नाक एक; पण त्याला भोकं दोन!

— कशाला हवेत दोन-दोन? एकच कान असला, तर ऐकू येत नाही का? आणि डोळा कपाळावर असेल, तर एक पुरेल की! एवढं मोठं कपाळ रिकामं पडलंय, त्याचं काय करायचं? समजा, देवाचं मटेरिअल वाया घालवलं नसतं, तर काय झालं असतं?

कपाळावर आडवा कान...त्याच्याखाली उभा डोळा घ्यायचा. नाक नसेल तरी चालेल. खात नसताना, तोंडाचा उपयोग काय, नाहीतरी!

हां, फोन करताना अडचण येईल, फोन!

फोन?

ट्रिंग-ट्रिंग....ट्रिंग.

"हॅलो, हॅलो",

"बनवारी-"

"पंछी को आजाद कर दो!"

"पैसे मिल गये-?"

"हाँ!"

—"पंछी को आजाद कर दो!"

म्हणजे काय?

कुठे बरं ऐकलंय हे सगळं?

सिनेमात - लहानपणी केव्हातरी पाहिलेल्या?

आणि मग, काय होतं बरं.....?

दोन गुंड येतात. एका माणसाला अंधारात घेऊन जातात. एक त्याच्या तोंडावर हात दाबतो. दुसरा हे एवढा मोठा चाकू अंधारात लखकन चमकावतो - की खपप्!

अच्छा, अच्छा...

असं पंछीला आजाद करतात होऽय!

काय पण ठार वेडी असतात माणसं! सरळ बोला की रे-अमक्यातमक्याला भोसकून टाक! आणि तो पंछी-! गुंड दिसणाऱ्या दोन माणसांबरोबर अंधारात जायचंच कशाला, मरायला!

पंछी को आजाद कर दो...पंछी को आजाद कर दो..

कुठे बरं ऐकलंय हे-?

नाही, सिनेमातलं नाही खरं!

ऐकलंय...ऐकलंय! त्या वेड्या प्रधानाला सांगितलं, तर विश्वास ठेवायला तयार नाही साली! दिवाणांनी कसं, लक्ष देऊन ऐकून तरी घेतलं. त्यांचाही विश्वास बसलेला नाहीये; पण...

खड्ड्यात जा ना सगळे! मला काय करायचंय? मी आपलं सावध केलं.

हॅलो-हॅलो-हॅलो.....

बनवारी...

बनवारी नाही, बनवारी नाही. तो सिनेमातला होता. बनवारी नाही. अंहं, नाही, नाही, नाही. .....बनवारी नाही.

कोण बरं हा?

हॅलो-हॅलो-हॅलो...

बनकर? बन्या....बबन!

बबन....बबन....जगन!

हां,ऽ जगन!

हॅलो-हॅलो-हॅलो...

जगन....

जगन.. पंछी को आजाद कर दो!

पैसे मिल गये?

अंहं, हे पुन्हा त्या कुठल्या सिनेमातलं आलं!

पैसे मिल गये, म्हणजे, पैसे मिळाले! मग, कोण कशाला उगाच खून करेल? पैसे घेऊन पळून नाही का जाणार?

खून...खून! कोणीतरी, कोणालातरी कोणाचातरी खून करायला सांगितलाय! त्यासाठी थोडे-थोडके नाही, पन्नास हजार रुपये दिलेत, पन्नास!

हो, मी या कानानं ऐकलंय!....फोनवर!

-फोनवर! बरोबर! आता आठवलं!

खूऽऽन...खूऽऽन

होणाऽर.......धावा.....पळा.....वाचवाऽऽ.....

खून होणार! पानाची पिचकारी मारल्यासारखं रक्त पच्कन् उडणार!

कोण-कोणाचा-कुठे-केव्हा...

पळा-पळा....शोधा-शोधा....

-पुन्हा राजारामचे डोळे अस्थिर होत, खोबणीतून बाहेर आले. खोलीभर गरगरा फिरू लागले.

इथे फोन कुठाय?-अरे, फोन कुठाय्.....?

पोलिसांना फोन केलाच पाहिजे!

मनावरचं दडपण असह्य होऊन, तो रात्रीचा एकान्त छेदत, ओरडला-

'खूऽ ऽन....खूऽ ऽन!'

* * *

''मे आय कम इन, सर-?''

''येस, कम इन.''

प्रधानबाई थकलेल्या चालीनं आत आल्या. डॉ.दिवाणांसमोर कोणी एक परका माणूस बसलेला होता, त्याच्याकडे कटाक्ष टाकून, नुसत्या दिवाणांच्या शेजारी येऊन उभ्या राहिल्या.

''हं, बोला मिसेस प्रधान.''

त्यांच्यावर आपली खोल नजर रोखत, दिवाण म्हणाले, ''ह्यांच्यासमोर बोलायला हरकत नाही. हे श्रीयुत नाबर. स्पेशल सायन्स आणि सायकॉलॉजी घेऊन ह्यांनी एम.ए. केलंय. केस-स्टडीकरता ते आपल्याकडे आलेत! आता जस्ट, आमचा राजाराम पूर्णपात्रेचाच विषय चालला होता.''

मिसेस प्रधानांनी अभिवादन करीत हसून, नाबरकडे पाहिलं.

प्रथमदर्शनी तरी त्यांना तो तरुण मुळीच आवडला नाही. त्याचे डोळे

आणि कपाळाची ठेवण त्याच्या बुद्धिमत्तेची साक्ष देत होती; पण इथेच संपत नव्हतं. त्याच्या डोळ्यांत एक शहारा आणणारी थंड झाक होती. आणि त्याची मजबूर शरीरयष्टी मानसशास्त्राचा अभ्यासक किंवा सोशल वर्करपेक्षा गुंड माणसाला शोभणारी वाटत होती.

पण, आलेल्या माणसाचं डॉ.दिवाणांनी स्वागत केलं आहे म्हटल्यावर, त्याचं मूल्यमापनं करण्याचं काम प्रधानबाईंच नव्हतं. हं, एक नक्की—डॉक्टरांच्या अनुपस्थितीत हा तरुण त्यांच्याकडे आला असता, तर त्यांनी त्याला एन्टरटेन केलं नसतं!

"सर....त्या राजारामच्याच संदर्भात विचारायला आले होते मी!" प्रधानबाई अस्वस्थ होत म्हणाल्या. "काल रात्री तो फारच वाईल्ड झाला होता.

"खूऽन-खूऽऽन म्हणून आरडा-ओरडा करून, त्यानं सगळं हॉस्पिटल डोक्यावर घेतलं होतं!"

"हं-" दिवाण गंभीरपणे हुंकारत म्हणाले, "सिडेट करूनही उपयोग झाला नसेल तर...."

"झाला, पण ट्रँक्विलायझरचा डोस डबल करावा लागला. त्यानंतरही त्याची झोप अस्वस्थ होती. पहाटे पाच-साडेपाचला गाढ झोपला."

"त्यानं खून होताना पाहिल्यामुळे त्याच्या डोक्यावर परिणाम झालाय का?" नाबरनं केसमध्ये इन्टरेस्ट दाखवत विचारलं.

"नाही. त्याची केस जरा वेगळी आहे."

दिवाणांनी प्रधानबाईंना सूचना दिल्या. गरज पडली तर डॉ.सप्रेंच्या ऑब्झर्वेशनखाली पूर्णपात्रेला शॉक देण्याबद्दल सांगितलं. मग, इतर पेशन्टस्चे रिपोर्ट्स पाहिले. अर्ध्या तासात राउन्डला येतो, असं सांगून, त्यांनी बाईंना मोकळं केलं. त्या जाताच सिगार शिलगावत, ते नाबरला राजारामच्या केसबद्दल सांगू लागले. पूर्णपात्रेफॅमिली एकेकाळी शहरातल्या बड्या प्रस्थांमध्ये मोडत होती. शेअर्सच्या मार्केटमध्ये या नावाला 'ब्रोकर' म्हणून वजन होतं. रेसकोर्सवरदेखील पूर्णपात्रेंचे घोडे धावत होते. त्यांच्या स्टडफार्मच्या कोल्टला हाइयेस्ट पे-डिग्री असायची.

आणि अशा पूर्णपात्रेघराणात हा एकुलता एक मुलगा वेडसर जन्माला आला होता! लहानपणी त्याचे वेडसर चाळे, हे श्रीमंती लाडांचे परिणाम गृहीत धरले गेले होते आणि त्याचं मानसिक संतुलन गेलेलं आहे, हे कळेपर्यंत परिस्थिती पूर्णत: हाताबाहेरच गेली होती!

राजारामचे दुर्दैव इथे संपत नव्हतं.

पाच-सहा वर्षांपूर्वी शेअर-मार्केट प्रचंड अप-सेट झालं, त्यात पूर्णपात्रेंना लक्षावधींचा फटका बसला. ते पूर्ण कर्जबाजारी झाले. त्यातून बाहेर पडण्याकरता त्यांना स्टडफार्म आणि घोडे विकून टाकावे लागले. ते हाय खाऊन मेले! त्यांच्या पश्चात, राजारामच्या आईनं त्याला सांभाळलं. खस्ता काढल्या. पोराच्या काळजीनं ती माउली अक्षरश: झिजत-झिजत मेली!

तेव्हापासून राजाराम उघडा पडला होता! फूटपाथवरच आला असता; पण बंडूकाकानं त्याला आधार दिला होता. पूर्णपात्रेंची जुनी कागदपत्रं पाहून, कोर्टाकडून त्याला त्याची जागा परत मिळवून दिली होती. त्याच्यावर उत्तमांतले उत्तम उपचार चालू ठेवले होते.

''पण....'' दिवाणांनी सांगितलेली हकीकत ऐकून, नाबरनं विचारलं,'तो ते 'खून खून' असं का ओरडतो? त्याच्या वडिलांचा खून वगैरे झाला का?''

''नाही. ते असं आहे की, तो एकदा बेळगावच्या काकाला फोन लावत असताना, क्रॉस-कनेक्शन लागलं वाटतं. त्याच्या सांगण्यावरून असं वाटतं की, फोनवरून कोणीतरी, कोणालातरी, अज्ञात इसमाला मारून टाकण्याची सुपारी दिली असावी!''

''बापरे-! का-!''

''एक, ते खरं असलंच, तरी कॉल लोकल होता, का लाँग डिस्टन्स होता, माहीत नाही. म्हणजे कोणत्या गावातून, कोणत्या गावातला गुन्हा एक्झिक्यूट होतोय याबद्दल काहीच कळणार नाही! दोन, ते कळलं, तरी शहराची लोकसंख्या आज तीस लाख आहे! त्यातून, फोनवर सूचना देणारा — त्या घेणारा आणि ज्याचा खून होणार, तो — अशी तीन, माणसं वेगळी काढणं अवघड आहे! तीन, पोलीस रेकॉर्डप्रमाणे गेल्या आठ-दहा

दिवसांत असा गुन्हा घडल्याची कुठेही नोंद नाही!'

"गुन्हा घडला नसेल तर घडू शकतो, डॉक्टर! दुसरं म्हणजे, रेकॉर्डला नोंद नाही, याचा अर्थ फारतर असाही घेता येईल, की गुन्हा सापडलेला नाही! अं?"

"हं-"

"त्यानं जर फोनवर असं कॉन्व्हर्सेशन ऐकलं असेल तर-"

"तोच तर प्रश्न आहे! असं कॉनव्हर्सेशन तो कुठे ऐकू शकणार?"

"कुठे म्हणजे-?"

"तो म्हणतो, त्याच्या रूममधून तो काकाला फोन करत असताना, त्यानं ते ऐकलं! पण, इथे माझ्या केबिनमधला एक, आणि काउन्टरवरचा एक—असे दोनच फोनच आहेत. पैकी, काउन्टरच्या फोनला एस.टी.डी. फॅसिलिटीच नाही!"

"ओह! मग, भास.....निव्वळ भास! हॅल्युसिनेशन्स!"

"दट्स इट!" दिवाण म्हणाले. मंदपणे हसले.

"इन्टरेस्टिंग केस! इफ यू डोंन्ट माईन्ड.....चार-पाच दिवस मी या पेशन्टच्या सहवासात राहू का?"

"नो, आय कान्ट अलाव्!"

"व्हाय?"

"ही इज डेंजरस, मिस्टर नाबर!"

"मला असे पेशन्ट्स हाताळायची सवय आहे. कदाचित, मी त्याला बोलतं करू शकेन! तुम्ही मला ऑफ द रेकॉर्ड परवानगी द्या. मी सगळ्या परिणामांची जबाबदारी स्वीकारायला तयार आहे!"

"मी विचार करून सांगतो. तुम्ही संध्याकाळी या."

"थँक यू, सर."

"यू आर वेल-कम् !"

* * *

गप्प बसायचं, गप्प!

ओरडलं, की ती वेडू प्रधान, आपण का ओरडतोय याची चौकशीही

न करता, एक इंजेक्शन देऊन, झोपवून टाकते!

"जागं राहिलं पाहिजे बाबा ऽ जागं राहिलं पाहिजे."

"कोणीतरी एक पंछी आजाद होणार, आणि आपण घोरत पडून कसं चालेल?"

"मूर्ख! अरे काही अक्कल आहे की नाही तुम्हाला! मी एवढं जीव तोडून सांगतोय, तर विश्वास का ठेवत नाही कोणी?"

"अरे बापरे! काय तो इन्स्पेक्टर! यमदूतच तो ! हाऽ ताडमाड उंच. डोंगरासारखा आडवा. बटाटे डोळे तांबरलेले. अन् भसाडा आवाज."

कदाचित असं तर नसेल —

"कोणीतरी फोन करून, या इन्स्पेक्टरवरच पंछीला आजाद करण्याची कामगिरी सोपवली असेल!"

"बरोबर..अगदी बरोबर! मग, तो कशाला शोध घेईल? डाफरणार की आपल्यावर तो! कदाचित....आपल्याला ते कळलंय म्हणून, नंतर आपल्यालाच काही करणार नाही ना!"

"छे! उगाच त्याला सांगितलं सगळं! आपण सांगत असताना, बघत कसा होता! बोल, कोणाला मारणारेस तू?"

"छे-छे-छे-छे! कोणाला सांगावं? कोण विश्वास ठेवेल? ती वेडू प्रधान ती वेडीच आहे. आपल्यालाच 'मॅडकॅप' म्हणते. तिच्याकडे लक्ष द्यायला नको. डॉ.दिवाण चांगले आहेत, आणि मुख्य म्हणजे, ते वेडे नाहीत! फाड-फाड इंग्लिशदेखील बोलतात! पण त्यांनाही प्रसंगाचं गांभीर्य कळणार नाही. इन्स्पेक्टरचं तर नावच नको!"

"— बंडूकाकाला फोन करता आला, तरच!"

"फोन कुठाय? इथला फोन कोणी उचलून नेला?"

"नक्की ते त्या इन्स्पेक्टरचंच काम! जाताना, त्यानं तो चोरला असेल. आपण फोन करून, आणखी कोणाला सावध करू नये म्हणून!"

"परमेश्वरा ऽ....आता मी काय करू? तो यमदूत मला मारायला इथे आला, तर मी कसा वाचणार?"

— राजारामच्या मनातले विचार कोणाला वाचता येणं शक्य नव्हतं,

पण त्याच्या अस्वस्थपणातून, हालचालींमधल्या अनिश्चितपणातून त्याची विस्कळीत मानसिकता व्यक्त होत होती. तो स्वत:शीच, दात-ओठ खाऊन, काहीतरी पुटपुटत होता. मधेच, रागारागाने डोळे गरागरा फिरवत, खोलीभर ठिणग्या उडवत होता. प्लँचेट ऐन फॉर्मात आलं असता, पालथ्या ग्लासला स्वत:ची अशी एक ताकतवान गती मिळावी, तसा तो खोलीभर गरगर फिरत होता. जणू, थांबणं किंवा वेगाला आवर घालणं, त्याच्या हातात नव्हतंच. थकवा किंवा निराशेपोटी, मधेच त्याचा वेग मंद व्हायचा. अशा वेळी, ओठ बाहेर काढून तो घुसमटल्यासारखा कोरडं रडायचा. दारा-खिडक्यांवर धडका द्यायचा.

त्याला आता एकूणच सगळं अनावर होत असावं...

* * *

"मिस्टर नाबर-"

ऑब्झर्वेशन-विन्डोसमोरून मुंडकं बाजूला घेत, नाबरनं डॉ. दिवाणांकडे पाहिलं.

"त्याची मानसिक अवस्था पाहिलीत ना?"

नाबरनं गंभीरपणे, होकारार्थी मान डोलावली.

"स्टिल, यू इनसिस्ट-?"

"येस, सर," दृढ निश्चय झाल्यासारखी मान डोलावत, नाबर म्हणाला,"आय इनसिस्ट! ऑफकोर्स, इफ यू हॅव एनी ऑब्जेक्शन...."

"नो, नॉट ॲट ऑल! तुम्ही सामाजिक कार्यकर्ते आहात. मनोरुग्णांमध्ये तुम्हाला स्वारस्य आहे. त्यांच्या री-हॉबिलिटेशनसाठी काहीतरी करण्याची तुमची इच्छा आहे. तर, आय डोन्ट माइन्ड. पण.....बी केअरफुल! मी तुम्हाला सावध केलंय!"

"येस सर. थँक यू व्हेरी मच!"

"रुग्णाला माहीत नाही; पण आरशाखाली जी पट्टी आहे त्या पट्टीखाली बेलचं पुशबटण आहे. काही धोका वाटला, तर ते दाबा. लगेच माणसं धावत येतील."

"हो. प्रधानमॅडमनं सुरक्षिततेच्या सगळ्या सूचना मला दिल्यायत.

मी त्या पाठच केल्यायत.''

"ओके, देन.....विश यू गुड-लक!''

"थँक यू, सर. सी यू..टुमारो मॉर्निंग!''

"मिसेस प्रधान...मिस्टर नाबरांना राजारामची ओळख करून द्या. आणि पाहा.... ठरल्याप्रमाणे, राजारामला असं वाटलं पाहिजे, की हा त्याच्याच सारखा पेशन्ट आहे! काय? त्याशिवाय, दोघांची मैत्री होऊन, नाबरांना हवं ते साध्य होणार नाही!''

प्रधानबाईंना यातलं काहीच आवडत नव्हतं.

अनेक कारणं होती.

प्रधानबाई नियम आणि संहितेला धरून कार्य करणाऱ्यांतला होत्या आणि हे प्रकरणच ऑफ द रेकॉर्ड होतं!

पेशंटचं मानसिक संतुलन आता इतक्या नाजूक बिंबावर दोलायमान होतं, की कोणत्याही क्षणी स्फोट होऊन, काहीही विपरीत घडू शकलं असतं!

आणि...

होय, नाबर हा तरुण त्यांना मुळीच आवडलेला नव्हता. त्याची विश्वसार्हता त्यांना संशयास्पद वाटत होती!

डॉ. दिवाणांनी सगळी ऑफिशिअल जबाबदारी स्वीकारली....ते प्रधानबाईंचे बॉसच होते....त्यांनी आज्ञा केली होती....

प्रधानबाईंनी मनाविरुद्ध राजारामच्या रूमच्या दरवाजावर टकटक करुन त्याचं लक्ष वेधून घेतलं. मग, त्याच्या नावानं हाक मारीत, परकं कोणी नाही, याबद्दल त्याची खात्री करून दिली. इतकं करून, मगच त्यांनी दरवाजा उघडला...

* * *

वेडू प्रधान निघून जाताच, राजारामनं नाबरकडे पाहिलं.

तसं, घाबरण्यासारखं काहीच नव्हतं. वेडू प्रधाननं सांगितलं होतं, की हा माणूसही त्याच्यासारखाच उपचार करून घ्यायला आला आहे. आणि तो चार-पाच दिवस इथेच राहणार आहे. त्याला वेगळ्या खोलीतच ठेवायचं

होतं; पण डॉ. दिवाण म्हणाले की, राजारामला कंपनी होईल, म्हणून याला इथे ठेवला आहे!

सावध रे बाबा, सावध!

हा काही ठार वेडा वाटत नाही. पण असं काही सांगता येतं का? आपण मुळीच वेडे नाही आहोत, तरी इतरांना 'मॅडकॅप' वाटतो! हा दिसत नाहीये, तर कदाचित ठार वेडाही असायचा!

सावध राहिलेलं बरं! बोलतानाही जपून बोललं पाहिजे. किंवा नकोच बोलायला! एखादा शब्द चुकीचा गेला, आणि हा रागावला-

चावला....ओरबाडायला लागला....मारायला लागला...

नाही. तोही आपल्याकडेच बघतोय.

पण हसतोय. म्हणजे आता तरी डेंजर नाही. जपूनच; पण बोलायला हरकत नाही.

''वा! आपण किती राजबिंडे दिसता!''

नाबरला हसू फुटलं.

आवडतंय, ह्याला आपलं बोलणं आवडतंय!

''वेडे तर मुळीच वाटत नाही! मला विचाराल तर, अगदी लाच घेणाऱ्या पोलिसाइतके शहाणे दिसता आपण!''

नाबर अगदी खदखदून हसायला लागला.

राजारामनं अगदी निरखून त्याच्या हास्याचं निरीक्षण केलं.

अंहं, वेडाची झाक नाही ह्याच्या हसण्यात!

आणखी दोस्ती करायला हरकत नाही. ती झाली, तर ह्यालाही फोनचं सांगता येईल!

काय नाव बरं ह्याचं?

नाबर!

नाही, पण असंच काहीतरी आहे!

''आपलं... आपलं शुभनाव काय आहे?''

''नाबर!''

''ना...बर! बरं, आणि आडनाव?''

"माझ आडनावच नाबर आहे!"

"असं आहे, आडनाव नाबर, होय? मग, नाव-?"

प्रधानबाई अतिशय गंभीर होत्या. त्यांना दिवाणांचा निर्णय आवडला नसल्याचं त्यांच्या चेहऱ्यावर अगदी स्पष्ट दिसत होतं.

त्यामुळेच, दिवाणांना गंभीर काहीतरी घडल्यासारखं वाटत होतं. मनावर थोडं दडपण आलं होतं. त्याचा परिणाम म्हणून, तेही प्रधानबाईंच्या जोडीनं आजची रात्र हॉस्पिटलमध्येच थांबले होते.

तसा काही धोका नव्हता. पेशन्ट वाइल्ड होण्याचे रिपोर्ट्‌स होते; पण त्यानं कोणावर हल्ला वगैरे केलेला नव्हता. त्याचं वाइल्ड होणं हे आत्मक्लेशाच्या पद्धतीतलं होतं. आणि त्या नाबरनं नुसतं बटण दाबलं, तरी काही सेकंदांत रात्रपाळीचे रक्षक त्यांच्यापर्यंत पोचू शकणार होते!

अर्धा-पाऊण तास काहीही न घडता गेला, तसं दिवाण रिलॅक्स झाले. प्रधानबाईंचा ताण कमी होऊन, त्याही बोलत्या झाल्या.

मधेच केव्हातरी, दिवाणांच्या टेबलावरची फोनची रिंग वाजली.

"हॅलो ऽ"

"डॉ. दिवाण-?"

"बोलतोय."

"मी इन्स्पेक्टर खत्री!"

"अं? बोला, बोला."

"घरी फोन केला होता. तुमच्या मिसेस म्हणाल्या- तुम्ही हॉस्पिटलात थांबलात! काही विशेष नाही ना?"

"नाही. का हो?"

"तुमचा तो पेशन्ट—फोनवाला.....तो ठीक आहे ना?"

"तो—का, तुम्ही असं का विचारतायत पण-?" दिवाणांनी दचकून सावध होत विचारलं, "तुम्हाला काही कळलंय का?"

"हं...तो सारखं फोनबद्दल बोलत होता. बरं, त्याला कोणीतरी फोन केला, असं असतं, तर मलाही तुमच्यासारखं वाटलं असतं! पण तो सांगत होता तो प्रकार व्यवस्थित क्रॉस-कनेक्शनचा होता, डॉक्टर!"

“म्हणजे....कोणीतरी, कोणीतरी, अशी सुपारी दिलीय, असं तुम्हालाही वाटतं?”

“शक्यता आहे!”

“हाऊ ॲब्सर्ड?”

“डॉक्टर दिवाण....माझ्या शोधातली एक नवीन डेव्हलपमेंन्ट सांगतो! रादर, त्यासाठीच मी तुम्हाला फोन केला होता.”

“हं-?”

“मिस्टर पूर्णपात्रेंनी—म्हणजे राजारामच्या वडिलांनी, त्यांच्या भरभराटीच्या काळात, सहज म्हणून एका नवीन कंपनीचे शेअर्स खरेदी केले होते! दहा रुपयाला एक, असे दहा हजार!”

“माय गॉड!”

“त्या काळी त्या शेअर्सना काही महत्त्व नसल्याने, कोणाच्याच ते लक्षात राहिले नाहीत! पण डॉक्टर....आज त्या एका शेअर्सची किंमत आहे....पाचशे साठ!

“मा-आय गुडनेस!”

“ही सगळी रक्कम, राजारामला एकवीस वर्षं पूर्ण झाली की, त्याच्या मालकीची होते! आणि.....राजाराम नसेल तर ती बेळगावच्या बंडोपंत पूर्णपात्रेंना मिळते!”

“....”

“दिवाण.....लाखांत एक केस म्हणून आपण विचार करू! राजारामनं त्याच्याच खुनाची सुपारी बंडोपंतांनी कोणालातरी देताना ऐकलं असेल, तर ....?”

“पण, इ-इथे फोन कुठून करणार तो?”

“तो त्याच्या मेंदूतला घोळ असेल!”

“फोनचा किस्सा तो घरी असताना घडला असेल!”

“ओ गॉड! देन, यू मे बी राइट!”

“म्हणून म्हणतो...त्याला जपा! कोणा परक्या माणसाला-”

“इन्स्पेक्टर.....आय थिंक, आय ॲम ऑलरेडी लेट!”

“अं-?”

“तुम्ही ताबडतोब हॉस्पिटलला या! नंतर सगळं सांगतो!”

दिवाणांनी घाईघाईने फोन डिसकनेक्ट केला. कावऱ्या-बावऱ्या नजरेनं प्रधानबाईंकडे पाहत, त्यांनी चेहऱ्यावरचा घाम टिपला.

प्रधानबाई पूर्ण ड्रेन-आउट झाल्यासारख्या पांढऱ्याफटक पडल्या होत्या. त्यांचे पाय थरथरत होते.

दिवाण धडपडून उठले. प्रधानबाईंचा विचारही न करता, जिन्याच्या दिशेनं धावत सुटले.....!

* * *

इन्स्पेक्टर खत्री विद्युत्वेगाने जीपमधून उतरले. चौकशीकरतादेखील कुठे न थांबता, थेट राजारामच्या स्पेशल रूमच्या दारापाशीच थबकले!

आतलं दृश्य असं होतं —

आरशाच्या खालच्या बाजूला, फरशीवर एक तरुण अस्ताव्यस्त उताणा पडला होता. त्याच्या अंगभर जबरी वार होते. सभोवताल सगळा रक्ता-मांसानं लथडलेला होता.

ज्या धारधार सुऱ्याने हे वार करण्यात आले होते, तो या क्षणी राजारामच्या हातात होता! एका कोपऱ्यात बसून, तो चादरीच्या टोकानं सुरा स्वच्छ करण्यात गढून गेला होता.

इन्स्पेक्टरला पाहताच, राजारामनं क्षणभर आपलं काम थांबवलं.

“एक मिनीट....हातांचे ठसे जरा पुसून टाकतो!”

“अं-?’ खत्रींनी थक्क होत विचारलं,“खून तू केलास?”

“केला, पण ठसे नाही मिळाले की पोलीस सोडून देतात ना!”

“पण.....हा सुरा कुठून मिळवलास तू-?”

“त्याच्यापाशीच होता!”

खत्रींनी सहेतुक नजरेनं दिवाणांकडे पाहिलं.

दिवाणांनी अस्वस्थ होत मान खाली घातली.

“का मारलंस, राजाराम, त्याला तू-?”

राजारामनं खत्रींकडे टक लावून पाहिलं. म्हणाला,

''त्याला मी विचारलं- 'तुझं नाव काय? तर तो म्हणाला- 'नाबर!'
मी म्हटलं, हे आडनाव झालं! तुझं नाव काय? तो म्हणाला. 'जगन!'

पुन्हा आपलं सुरा साफ करण्याचं काम मन लावून सुरू करीत,
राजाराम पुटपुटला —

''हॅलो-हॅलो-हॅलो......जगन!....

''जगन, पंछी को आजाद कर दो!.....

''पंछी को आजाद कर दो!.....जगन.....''

೦೦೦

३

मरण-खेळ

भाद्रपद महिना. कृष्ण पक्ष. पितृ पंधरवाडा. अमावस्या. वातावरण या चतु:योगाला शोभेसंच!

सकाळपासून सूर्यच काय, त्याच्या भासाचंही दर्शन नाही. वॉशर गेलेल्या नळासारखी आभाळाला काल रात्रीपासून गळती लागलेली. सकाळपासून हवा कुंद ढगाळ.

मरगळ, निरुत्साह, वातावरणालाच जणू कसकस आलेली!

सगळे व्यवहार अत्यावश्यक या पातळीवर.

व्यापाऱ्यांचे; कचऱ्याचे जळके ढीग अवशेषांच्या स्वरूपात फुटपाथच्या कडेला. वाळलेल्या लिंबू-मिरच्या. कोणाची दृष्ट वगैरे लागू नये, म्हणून लिंबू-मिरची युनिटं दुकानात टांगलेली.

सार्वजनिक नवरात्र उत्सव तोंडावर आलेला.

देवीच्या मूर्ती तयार करणं.... नव्या मूर्तींची निवड...प्रेसमधून अहवाल वेळेवर छापून मिळावेत, म्हणून चकरा....वर्गणीची पावतीपुस्तकं तयार ठेवणं....कार्यकर्त्यांच्या मीटिंगा....मांडव, डेकोरेशन, लाइटिंग-सगळी बजेटस ठरवणं....

सगळ्याच कामात आज निरुत्साह.

संध्याकाळ. पावसाचं रडगाणं अन् पिरपिर चालूच.

चौकात-तिठ्ठ्यावर-नि मुतारी, कचरापेटी...अशा मोक्याच्या जागी दही-भात-गुलाल-लिंबू-असे करकरीत उतारे.

एका अंधाऱ्या बोळातून ती तीन मुलं बाहेर आली. एकमेकांच्या सोबतीनं रस्त्याच्या कडेनं चालू लागली.

त्यांच्याकडे कोणाचं लक्ष नव्हतं. असतं, तरी कोणी त्यांची दखल घेतली नसती. कोणी हटकलं नसतं. विचारपूस केली नसती.

झोपडपट्टी वा त्याहून खालच्या स्टाईलची मुलं ती! कुठूनही आली नि कुठेही गेली, कोणाला काय फरक पडतो?

हां. आपल्या घरासमोर वा दुकानासमोर रेंगाळली, फटकारायचं! 'चल, पळ!' म्हणून हाकलून द्यायचं!

मुलं आली. अर्धवट उभारलेल्या, एका मंडळाच्या स्टेजपाशी रेंगाळली. कुतूहलाने बांधकामाकडे पाहू लागली.

त्यांच्या गळ्याच्या उंचीवर फळ्यांची बैठक बांधून झाली होती. चार बाजूंना चार लाकडी बांबू लावलेले होते. त्यांच्या आधाराने वर पत्रे पडले होते. स्टेजवर बांबू, फळ्या, रंगीत कापड....असं साहित्य पडलेलं होतं. सामानाच्या रक्षणासाठी आणि टाइमपास म्हणूनही, दोन 'थर्ड रेट' कार्यकर्ते स्टेजवर बसून गप्पा मारीत होते. गप्पांपेक्षा त्यांच्या अंग खाजवण्याचा अन् बिड्या फुंकण्याचा वेग जास्त होता.

या तिघांकडे लक्ष जाताच, आधी त्यांच्यातल्या गप्पा थांबल्या. काही बोलावंसंच वाटेना. त्यांची चौकशी करावी किंवा त्यांना हाकलून द्यावं - हे हातखंडा काम करायलाही उत्साह वाटेना.

"काय रे....." एकानं शेवटी अस्वस्थ आवाजात विचारलं,"काय हवं?"

तिघांच्या माना नकारार्थी हलल्या.

"उद्या या, उद्या!" त्यांना घालवून देण्याच्या उद्देशानं दुसरा म्हणाला, "काम देतो!"

"हे काय आहे-?" तिघांतल्या एकानं एकदम विचारलं...

"अं- ?"

आपल्याला या मुलांकडून कोणत्याही प्रश्नाची अपेक्षा नव्हती, म्हणून आपण दचकलो, का त्या मुलाच्या खरखरीत वाटणाऱ्या, विचित्र आवाजानं, ते कार्यकर्त्यालाही सांगता आलं नसतं.

"देवीचं स्टेज आहे, देवीचं!" दुसऱ्यानं माहिती पुरवली.

तिघांनी एकमेकांकडे पाहिल्यासारखं केलं. मग ते टिंगलखोरपणे हसू लागले. एकमेकांना ओढत, ढकलत, पुढे चालू लागले.

कोणीताही मेन रोड सोडून, त्यांना हिंडण्यासाठी वा टवाळक्या करण्यासाठी गल्लीबोळ सोयीचे असावेत. बराच वेळ ते तिघं निरनिराळ्या अंधाऱ्या गल्ली-बोळांतूनच भटकत राहिले. घरांच्या दोन रांगांमधले मागचे बोळ- हे प्रामुख्यानं त्यांच्या रमण्याचं ठिकाण झालं.

"ए- ते बघ!" एका बोळातले उकिरडे तुडवत असताना, त्यांच्यातल्या एकानं म्हटलं. दोघांनी त्या दिशेने पाहिलं.

एक मध्यमवयीन प्रौढा हातात उतारा घेऊन मागच्या दाराने बाहेर आली होती. तिच्या दुसऱ्या हातात पाण्याचा तांब्या होता. तोंडानं ती काहीतरी पुटपुटत होती.

तिघं तिच्या दिशेनं पुढं आले. जवळ येताच दिसलं.

पत्रावळीचा तुकडा. त्यावर भाताचा एक ढीग. ढिगाच्या आळ्यात कणकेचा पेटलेला दिवा. दह्याचा आंबूस वास सुटलेला आणि भातावर गुलालाचा शिडकावा!

त्या बाईचं तिघांकडे लक्ष गेलं, तशी क्षणभर ती थबकली. रोखून त्यांच्याकडे पाहू लागली.

एक पुढे झाला. तिच्यासमोर हात पसरून म्हणाला —
"दे!"

बाईच्या चेहऱ्यावर दचकल्याच्या छटा आल्या. डोळे विस्फारले.

आणखी दोन छोटे-छोटे हात तिच्यासमोर पसरले.

चेहऱ्यावर लाचार हास्य. नजरा आशाळभूतपणे उताऱ्यातल्या भातावर खिळलेल्या.

तिनं तो पत्रावळीचा चतकोर त्यांच्यापैकी कोणच्याही हातात नाही दिला. झटकन खाली ठेवला. त्यावर तिला तांब्यातलं पाणी शिंपडायचं असावं; पण त्या आधीच तीन हातांनी तो चतकोर शिताफीनं पळवला!

बाई गरकन् मागे वळली. पुन्हा एकदाही मागे वळून न पाहता, लगबगीनं घराच्या दिशेनं निघून गेली.

ती दारात पायांवर पाणी घेऊन आत निघून गेली, तेव्हा त्यांनी दहीभाताचा फन्ना उडवला होता. आता तृप्तपणे बोटं चाटत, ते चवीचा अखेरचा आस्वाद घेत होते!

"मस्त होता, ना-?"

दोघांनी माना डोलावून अनुमोदन दिलं.

तिघांनीही मग आपला मोर्चा कॉर्नरच्या कचरापेटीकडे वळवला.

एक मोडकी-गंजकी तिचाकी......एक फाटका बूट...बुद्धिबळाचा अर्धाच पट.....आणि सर्वांत त्या तिघाचं लक्ष वेधून घेतलं ते- मोडक्या, प्लास्टिकच्या बादलीत वरच पडलेल्या, पिवळसर पांढऱ्या फुग्यानं!

बोटभर रुंदीचा, अन तीन-चार इंच लांबीचा तो विचित्र फुगा! त्याचं रबर अगदी पातळ अन मऊ होतं; पण ते चांगलंच चिवट होतं!

एकानं तो फुगा उचलला. दुसऱ्यानं त्याच्या हातातून हिसकावून घेतला. लांब पळत फू-फू करून, तोंडानं फुगवला.

काकडीसारखा लांबत फुगणारा त्याचा आकार पाहून, फुगवणाऱ्यालाच जाम हसू यायला लागलं. फुगा तोंडात धरून ठेवून, लबालबा हालवत, तो जोरजोरात हसायला लागला.

बाकीचे दोघं तर पोटातून उबळ आल्यासारखे हसू लागले. त्या गमतीनं खुश होऊन एकमेकांना मारू लागले. ढकलू-पाडू लागले.

फुगेवाल्यानं फुग्याचा ताबा त्या दोघांना दिला. तो मोडक्या तिचाकीकडे वळला. ती अजिबात चालू शकत नव्हती, कारण तिचे पॅडल्स गायब होते आणि चाकांच्या धावा दुरुस्त करून—करून बाद झाल्या होत्या; पण बसून रुबाब करण्याइतपत सीट शाबूत होतं.

तिघांनी आळीपाळीनं तिचाकीवर बसण्याचा आनंद लुटला.

आणखी अशा-या फुग्यासारख्या मजेदार वस्तू हाती लागतात का, म्हणून ते कचरापेटीकडे वळले. पण तिथलं त्यांचं वास्तव्य संपुष्टात आलेलं असावं! बोळाच्या एका टोकाकडून एक काळं कुत्रं आत शिरलं. त्यांची चाहूल लागताच, शरीर स्तब्ध शेपूट ताठ. कान टवकारलेले.

भूः! भू! भूक्!

भु- वु- वु- वु- वु- वुई ऽ ऽ ऽ...

तिघं ताडकन उभे राहिले. भित्र्या नजरेनं त्या काळ्या कुत्र्याकडे पाहू लागले.

तेवढ्यात, लांबून आणखी कुत्र्यांचा ओरडा जवळ येऊ लागला.

ढुंगणाला पाय लावून, तीनही मित्र बोळाच्या दुसऱ्या टोकाच्या दिशेनं पळत सुटले!

"ए, आता कुठे जाऊयात.....?"

"कुठेही चला! आपल्याला काय-!"

"मागच्या वेळी गेलो होतो, त्या नाल्यात नको बाबा! तिथलं शिकारी कुत्रं लय बेवडंय! नुस्ता वास लागला तरी चावायला येतंय!"

"म.....ग......साती आसरांच्या विहिरीवर जायचं?"

"हँ! नुस्तं डुंबत बसायचं! पोहता तरी येतं का त्या विहिरीत!"

"आपण असं करू या-?"

"हां, बोल."

"हा रस्ता नेईल - तिकडे जाऊ!"

"बरं चला!"

— ठरवून, तिघांनी रस्ता पकडला. वाटेत काही गमतीजमती दिसतात का, म्हणून पाहत चालू लागले.

मध्येच एकानं खिशात हात घातला. एक वस्तू बाहेर काढली.

"हे काय?"

"दिवा!"

"मला वाटलं, तू तो एकट्यानं खाऊन टाकला!"

"नाय! आपल्या दोस्तीत अशी गद्दारी करतं का कोण?"

"आण-!"

"म्हणून ठेवला होता!"

उतार्‍यावरला तो कणकेचा दिवा होता. त्यातलं तेल सांडून गेलं होतं अन् विझलेली, जळकी वात तेवढी काजळीसह दिव्याला चिकटून बसली होती. दिवावाल्यानं ती वात तोंडात टाकून दिली. दिव्याच्या कणकेचे मात्र इमानदारीत तीन भाग केले. दोन दोघांना दिले, एक स्वत: घेतला.

रस्त्यानं खारे दाणे किंवा कणीस चवीनं खात जावं, तशी ती कणीक थोडी-थोडी......पुरवून खात, ते पुढे जाऊ लागले.

त्यांनी पकडलेला रस्ता मुळात कमी वस्तीचा नि निर्जन होता. पंधरा-वीस मिनिटं चालल्यावर तर वर्दळच संपली! या भागाकडे येतच नव्हतं जणू कोणी! पुढे तर रस्त्याची निगाही नव्हती. तो उखडलेला वगैरे होता आणि त्याही पुढे तो तयारच केलेला नव्हता! होता आपला नुसता! रात्र आणि दिवसभराच्या पावसानं मातीचा चिखल झाला होता. पाय सहा-सहा इंच रुतत होते. सरकत होते.

त्यांना त्यातही मजा वाटत होती. जोरात पाय घसरला, की ते खदखदून खिदळत होते.

रस्ता संपला, तसे तिघं थांबले. कुठे आलो, म्हणून परिसर न्याहाळायला लागले.

समोर थोडा उंचवटा घेतलेला. वर चढायला पायर्‍या. विस्तीर्ण ओटा. ओट्याला चारही बाजूंनी भक्कम लोखंडी खांब. त्या उंचच्या उंच खांबांवर पेललेलं, पत्र्याचं उतरतं छप्पर.

या शेडच्या एका बाजूला, शेडपासून थोडे लांब—एक दगडी, काळाशार नंदी. त्यांच्यासमोर भग्न अवशेषांना सावरत असलेला, नि आता अंधारात लपू पाहणारा एक सभामंडप.

या सगळ्या दृश्याला वड, पिंपळ......अशी झाडांची आणि रानटी गवत-वेलींची पार्श्वभूमी.

आणि सगळ्यांत मागे-खालच्या स्तरावर, स्तब्ध वाहणारी नदी.

पैकी, दृश्यातल्या कशाने ते हरखले, का इथल्या निर्वेध एकांतानं

त्यांना आनंद झाला......

ते खुलले खरे!

एक जण पळत पळत गेला. नंदीच्या पाठीवर बसला.

दुसऱ्यानं पिंपळाभोवती पळापळ केली, मग वडाच्या पारंब्या पकडून तो मनसोक्त झोके घेऊ लागला.

तिसरा शेडच्या पायऱ्या चढून वर आला. वाढत्या अंधारात त्याने शेड बारकाईने न्याहाळली. उत्तेजित झाल्याप्रमाणे, इशारे करून, दोघांना बोलावून घेतलं.

''गंमत बघ!''

दोघांनी लकाकत्या नजरेनं त्या गमतीकडे पाहिलं.

तीन मोठे खोलगट असे चौकोन होते. रुंदी कमी, त्याच्या दुप्पट लांबी. त्यातले दोन एकदम रिकामे होते. तिसऱ्यात राख आणि हाडे होती!

तिघं पुढे झाले. त्यांनी हळूच त्या राखेत पाय घालून पाहिले.

''मस्तय रे!''

''उबदार आहे!''

''ए- बसा, ए- बसा!''

वर बसून, तिघांनी त्या कोमट राखेत पाय रुतवले. एकानं वाकून हाडूक उचललं.

''चला, आपण 'वेताळ-वेताळ' खेळू!''

''हॅट! असले कंटाळवाणे खेळ नको काढू!''

''म.....ग.....''

''त्यापेक्षा- हां! मी मरतो! तुम्ही दोघं माझ्यामागे रडा!''

''हां! चालेल! पण तू आधी मरायला टेक!''

''चल!''

एकानं मांडी घातली. दुसरा त्याच्या मांडीवर डोकं ठेवून, अत्यवस्थ माणसासारखा पडला.

''आणि मी?'' तिसऱ्यानं संशयानं विचारलं.

''तू याचा मुलगा! विचार ना त्याला- शेवटची इच्छा काय आहे,

असं!'' त्यांच्या 'मरणाचा खेळ' ऐन स्मशानात, अमावस्येच्या करकरीत तिन्हीसांजा उलटत असताना सुरू झाला!

दोघं धाय मोकलून, अभद्र स्वरात रडत होते.

तिसरा प्रेत बनून पडून होता. नुसतं पडून राहण्याचा त्याला कंटाळा आला, तसा तोही पडल्या-पडल्या, त्यांच्या जोडीनं गळे काढू लागला. थोडक्यात म्हणजे, आता त्या खेळाचा त्यांना कंटाळा येऊ लागला होता. कोणाच्या तरी सुपीक मेंदूतून नवा खेळ निर्माण होणं आवश्यक होतं! आणि त्याच वेळी, त्यांच्यातल्या एकाला नदीकाठी हालचाल जाणवली. दोघांना गप्प करून, त्यानं त्यांचं लक्ष त्या हालचालीकडे वेधून घेतलं. दाढी आणि केसांचं जंजाळ वाढून, त्याची सरमिसळ झालेला एक फाटका माणूस नदीकाठी त्याचं सगळं सामान ठेवून, लंगोटीवर नदीत शिरत होता!

''मसण-जोगी!''

''बाप रे! म्हणजे, हा अंघोळ करून इकडेच येणार की काय?''

''हं, चला—लपा!''

तिघे उठले. पायऱ्या उतरून खाली आले. वडाआड लपून, त्या जोग्याच्या हालचाली पाहू लागले! स्नान करून, तो वर आला. काठावरचं त्रिशूळ वगैरे उचलून, नुसत्या लंगोटीवर त्या शेडपाशी आला. गळ्यात टपोऱ्या रुद्राक्षाच्या माळा, हातात त्रिशूळ, चिमटा, एक कमंडलू. तिघं एकमेकांना खुणा करीत, हसू दाबू लागले. जोग्यानं स्थिर नजरेनं विझली चिता न्याहाळली. त्याच्या कपाळावर एक आठी उमटली. नजरेत संशय आला. भिरभिरत्या नजरेनं तो आसमंत न्याहाळू लागला.

''घाबरला!''

''त्याची गंमत करायची का?''

''पण, त्याला आपली लपायची जागा कळली, तर अंगावर धावून येईल हं!''

''हॅं! आपण जागा बदलत राहू!''

''हं-एक, दोन....तीऽन!''

तिघांनी अगदी उत्कृष्ट टीम-वर्क राखून कुत्र्यासारखं विव्हळायला

सुरुवात केली! चितेपाशी उभा असलेला जोगी खराच दचकला! त्याच्या हातातला कमंडलू धपकन चितेतच पडला!

"अलख! जऽ य सद् गुरूना ऽ थ! अलख!"

व्हुव्हुव्हुव्हु ऽ ऽ ऽ व्हुव्ह ऽ ऽ

"अ-अ-अल ऽ ख्"

"क्यॅऽक्यॅऽक्यॅऽक्यॅ...."

"अ ऽ लख!"

व्हु-! ऽ ऽ वू-वू-वू-वू-वू....

छे! त्या अभद्रपणाला काही सीमा-!

आता मात्र, जोगडा भयंकरच हादरला. त्याचे पाय लटपट कापू लागले. शरीराच्या ओलेपणात घामाच्या धारा मिसळू लागल्या. डोळे बटबटीत होऊन आसमंताचा वेध घेत गरगरा फिरू लागले. देवाचं नाव घेण्यासाठी ओठ थरथरू लागले; पण तोंडावाटे एक शब्द बाहेर येईना!

तिघांनी वडाच्या पारंब्यांची एक जुडी धरून नेटानं हलवली.

फांदी हलली.

पानं सळसळली.

जोगड्यानं भयातिरेकानं किंकाळी मारली. त्रिशूल नि चिमटा तिथेच फेकून तो गावाच्या दिशेनं मोकाट पळत सुटला!

तो जाताच, तिघं खदखदून हसत बाहेर आले. अतिशय करमणूक होऊन काय करावं, आनंद कसा व्यक्त करावा, त्यांना सुचेना. त्यांनी आधी एकमेकांना टाळ्या दिल्या. हसून-हसून डोळ्यांना आलेलं पाणी पुसलं. मग हसत-हसत, एकमेकांना गुद्दे मारले. चाटा घालून चिखलात पाडलं. एकमेकाच्या अंगांवर दुसऱ्याला ढकललं.

आसपासची शांती त्यांना एकवटल्यासारखी जाणवली. तसे गप्प होत, ते पुन्हा शेडमध्ये आले.

जोगड्याचा चिमटा, त्रिशूल, कमंडलू त्याच्या भित्रेपणाची साक्ष बनून चितेपाशी पडले होते. ती साधनं पाहून, त्याना पुन्हा त्याचा भित्रा चेहरा आठवला. त्याची तारांबळ आठवली.

त्यातूनच त्यांना नवा खेळ सुचला.

"ए, आपण प्रत्येकानं मसणवट जोगी बनून, त्याच्यासारखं घाबरून दाखवायचं! पाहू, कोण सर्वांत जास्त घाबरतं!"

दोघांनी होकार देताच, त्यांच्या नव्या खेळाला सुरुवात झाली.....!

* * *

त्यांना आता जायला हवं होतं.

खूप मजा आली होती. पण आता कंटाळाही यायला लागला होता.

उशीर झाला होता. वाट पाहून त्यांच्या आया रडकुंडीला येऊन एव्हाना शोध घ्यायला लागलेल्या असणार होत्या.

पण, समोरच्या दृश्यानं नजरबंदी केल्यासारखं त्यांना अडकवून ठेवलं होतं. पाय निघत नव्हते.

हा प्रकार त्यांनी पूर्वी कधीच पाहिला नव्हता. नि त्यांना या वेळी तो अगदी अनपेक्षितपणे, साग्रसंगीत पाहायला मिळाला होता! मिळत होता.

खरं तर, त्यांनी तो कुतहूलानं, अगदी दोन फुटांवर मांडी घालून बसूनही पाहिला असता, पण त्यांना हुसकावून लावण्यात आलं होतं. त्यामुळे, लांबच्या एका चौथऱ्यावर टाळ-मृदंगाच्या तालात त्यांना 'आम्ही जाऽतो- आमुच्या गाऽवा!' हा अभंग ऐकू आला होता. जवळजवळ येणाऱ्या आवाजाच्या आणि दिसणाऱ्या गॅसबत्त्यांचा योग्य तो अर्थ घेऊन त्यांनी आपला खेळ थांबवला होता. साधनं पलीकडच्या हार-फुलांच्या कुजक्या ढिगात फेकून दिली होती आणि एका कोपऱ्यात बसून ते कुतूहलानं येणाऱ्या लोकांकडे पाहत बसले होते.

माणसं आली. पायऱ्या चढून त्यांनी जड तिरडी मधल्या रिकाम्या खड्ड्यापाशी ठेवली. त्या वेळचा 'श्रीराऽम' हा सांघिक घोष ऐकतानाही त्यांना गंमत वाटली. नव्या कुतूहलानं ते गर्दीत घुसले.

कोणीतरी मधला खड्डा साफ केला. दोघा-चौघांनी लाकडे रचायला सुरुवात केली. त्यांचं काम एकीकडे चालू असतानाच, एका भटजीनं जांभया देत प्रेतावर संस्कारविधी सुरू केले.

या तिघांचं अस्तित्व त्या छोट्या गर्दीत कोणाला जाणंवलंही नसतं.

पण तो भटजी मंत्र म्हणताना वा सूचना देताना, आपली गुटगुटीत मान हलवायचा. ती त्यानं हलवली, की त्याची शेंडी तुरूतुरू हलायची. हातवारे करताना, मध्येच त्याचं पोट नि छातीचे दोन गोळेही थुल-थुल करून थरथरायचे!

तसे मात्र तिघं हसायला लागले! अर्थातच, इतरांनी त्यांना शेडमधून हाकलून दिलं!

पण, किती दिमाखदार आणि छान दृश्य होतं ते! पुढच्या वेळी हा खेळ खेळताना नक्की मजा येणार होती!

बास, इथेच यायचं—खेळायला!

ती लाकडे शिताफीनं रचायची.....त्यावर तो माणूस ठेवायचा....तो उठून पळून जाऊ नये, म्हणून त्याच्या अंगावर पुन्हा लाकडे.....गोवऱ्या!

आणि, दे पेटवून!

शेकडो, लवलवत्या जिभांच्या त्या ज्वाला....त्यांच्या प्रकाशात तांबडी-पिवळी वाटणारी माणसं.....जोगड्यासारख्या भिऊन थरथरणाऱ्या, त्यांच्या अस्थिर सावल्या. वा! आणि ते— माठाला ठॉक करून भोक पाडायचं अन् पाणी भळाभळा गळायला लागलं, की पळत-पळत त्या जळत्या माणसाभोवती फिरायचं!

अजून पाणी उरलयं!- परत ठॉक! पुन्हा एकदा!

सगळं पाणी बाहेर सांडायचं; पण माणूस जळून जाऊ नये म्हणून, आगीवर नाही मारायचं!

तीच तर खरी गंमत!

आणि, हां—हे नीट पाहून ठेवलं पाहिजे की, आपणच त्या माणसाचा संपूर्ण बंदोबस्त करून, त्याला आग लावायची आणि 'अजून हा बाहेर कसा येत नाहीऽ!' म्हणून सचिंत, रडक्या चेहऱ्यांनी वाट पाहत बसून राहायचं!

किती वेळ गेला, असा कोणास ठाऊक! पण बराच गेला असावा. ज्वाळांचा सुरुवातीचा राग आता कमी व्हायला लागला. लोकही खूप कंटाळून जांभया देऊ लागले. पेंगायला लागले. चाळा म्हणून कोणी सिगारेटी पेटवल्या. कोणी तंबाखू मळायला घेतली. आपापसात बोलू- गप्पा मारू लागले.

हसूदेखील लागले!

हे मात्र तिघांनाही अजिबात आवडलं नाही! छान, तयार झालेलं वातावरण या अवेळी हसण्यानं बिघडत नाही का?

तिघं तंद्रीत त्या दृश्याकडे पाहत असतानाच, अचानकपणे 'फट' असा मोठा आवाज झाला!

तिघं दचकले! उडाले!

तिकडे माणसांची एकदम प्लॅटफॉर्मला गाडी आल्यासारखी धांदल झाली!

'चला!.....फुटली एकदाची!'....असे काय काय दु:खोद्गार काढत, आनंदी चेहऱ्यानं लोक जायच्या तयारीला लागले!

पाच मिनिटांत सगळं मोकळं!

एक धगधगती चिता....

एक स्मशानाची शेड....

वडा-पिंपळाची झाडे....स्तब्ध नंदी....वाहती नदी....

चिडीचुप आसमंत,

आणि ही तीन मुलं!

तिघांनी थक्क होत एकमेकांकडे पाहिले.

अजून काही बोलावंसं वाटत नव्हतं.

उठले. आपोआपच त्यांची पावलं शेडच्या दिशेनं पडू लागली.

पायऱ्या चढून वर येताच, तिघं 'वारस' असल्यासारखे चितेच्या पायथ्याशी खिन्न मुद्रेने उभे राहिले.

"असं असतं-"

"हं!"

"पुन्हा एकदा केव्हातरी खेळून पाहायला हरकत नाही!"

"आता नको! चला—आया आपल्याला शोधत असतील!"

"हां, खूप उशीर झाला आता!"

तिघांनी पुन्हा एकदा चितेकडे पाहून घेतलं. पाठ वळवून, गावाच्या दिशेने चालायला लागले.

जेमतेम, कच्च्या सडकेला ते लागत असतानाच, समोरून झपाझपा येणाऱ्या तीन बायका त्यांना दिसल्या!

''आई!'' तिघं एकदम ओरडले.

''हे पहा—इथे आहेत!''

''आहे नं-? आणि आपण कुठे-कुठे शोधत बसलो!''

त्या तिघी जवळ आल्या.

''आई, आज खूप मजा आली!''

''आम्ही नंऽ, मरणारा माणूस खेळलो!''

''हो नाऽ-?''

''पुढच्या वेळी नाऽ-''

''पुरे! चला आता! आपली वेळ संपत आली!''

''चला!''

त्या तिघींनी आपापल्या मुलांचा हात धरला.

दुसऱ्या क्षणी, सहा सूक्ष्म देह हवेतून तरंगत आकाशाच्या दिशेनं सुळकांडले......!

००

४

नियंत्रक

लोक इतके कसे अडाणी, मूर्ख, बावळट नि अंधश्रद्ध असतात, याचं मला राहून राहून फार नवल वाटतं! काही वेळा कीव येते. पण जास्त करून रागच येतो.

कितीही समजावून सांगा....पटत म्हणून नाही! काहींना पटल्यासारखं वाटतं; पण कोणीतरी परत कान फुंकतं, नि हे आपले पहिल्यांदा होते तसे! किंवा, काय करणार— समाजात राहायचं, तर समाज म्हणून तसं वागलं पाहिजे! मजबुरी असेल काहींची!

माझं तसं नाही. मी पहिल्यापासूनच तसा स्वतंत्र बाण्याचा आहे. पटलं, तरच हो म्हणीन! पटेल तसेच वागीन. नाहीपेक्षा, दुनिया विरोधात गेली ना, तरी हरकत नाही! जाऽव....तुम्हारा और हमारा रास्ता अलग है!

माणसानं फक्त स्वत:च्या सावलीला घाबरावं!

तुम्हाला काय वाटतं?

माझं तर म्हणणं आहे, सावलीच! तीच माणसाचं नियंत्रण करते. तीच माणसाचं भूत-वर्तमान-भविष्य असते!

काही वेड्या लोकांना मी हे पुराव्यासकट— उदाहरणासकट पटवून देण्याचा प्रयत्न केला. पण पटवून घ्यायचंच नाही म्हटल्यावर काय, नाही का?

लोक म्हणतात, आपली सावली आपल्याबरोबर असते! संकटात सावली-देखील साथ देत नाही! पण, प्रत्यक्षात असं नसतं. सावली आपल्याबरोबर नसते; आपण सावलीबरोबर असतो! सावली जे-जे....जसं-जसं करेल, त्या-त्या हालचाली आपल्या शरीराच्या होतात! तीच आपली नियंत्रक असते!

अरे, इतकं रे कसं लक्षात येत नाही तुमच्या? साधं पाहा—विचार करा....दिवसातले चोवीस तास केव्हाही, आपण असतो तेवढेच राहतो. म्हणजे, माझी उंची पाच-आठ आहे, तर ती केव्हातरी पाच-चार आणि केव्हातरी पाच-अकरा होते काऽ? तर, सावली मात्र तिच्या इच्छेने, लहान किंवा मोठी होते की नाही? मऽग?

आपण तर बाबा सावलीलाच मानतो. तिलाच घाबरतो. कारण, तीच सर्वेसर्वा असते. तीच आपल्याकडून कृती करवून घेते. हे मला अनुभवाने पटलेलं आहे!

कशाला, मी माझे अनुभवच सांगतो ना, म्हणजे तरी तुम्हाला पटेल. लक्षात येईल.

अर्थात, तुमची सावली तेवढी बुद्धिवान असेल, तरच म्हणा! नाहीतर, इतरांसारखंच तुम्हीपण तोंडावर 'हो ला हा' करणार; माझी पाठ वळली, की टिंगलखोरपणे फिदीफिदी हसत, कोणालातरी सांगणार—'धन्या वेडा आहे! ठार वेडा आहे!'

पण लक्षात असू देऽ.....कोण-कोण, काय-काय म्हणालं, ते माझी सावली ऐकते! नंतर मला सांगते. मी एक वेळ माफ करतो....सावली नाही!

* * *

प्रसंग अगदी माझ्या बालपणातला आहे, पण मी तो विसरणं कधीच शक्य नाही! घरातले, आणि आसपासचे मला दहा-दहा वेळा सांगतात-'असं काही घडलेलंच नाही! हे सारे तुझ्या मनाचे खेळ आहेत!' पण त्यांच्याकडे मी लक्षसुद्धा देत नाही. मला माहितीय, ही सगळीच हरामखोर माणसं माझ्या विरोधात कट करुन मला वेडा ठरवायला पाहतात! त्यात

माझे वडील अन् भावंडं पण सामील असावीत, याचं मात्र वाईट वाटतं!

अरे, तुम्ही कितीही प्रयत्न केलेत, तरी मी काय वेडा आहे काऽ तुमच्यावर विश्वास ठेवायला? तुम्हाला कळत कसं नाही, म्हणतो मी! माझी सावली माझ्याशी रोज गप्पा मारते. त्यात जुने - लहानपणीचे विषयही निघतात. तिनं सगळं पाहिलं आहे. तिच्या लक्षात आहे.

आणि, बरं का, आपण—म्हणजे तुम्ही—तुम्ही मानता, की दिसली तर सावली असते; दिसत नसेल, तेव्हा ती नसते! असं नाही काही; ती दिसते, तेव्हा दृश्य स्वरूपात असते; दिसत नाही तेव्हा अदृश्य. पण असतेच! एकदा गप्पा मारताना ती जरा बेसावध होती. खरं तर, ती तशी कायम सावधच असते. पण एकदा नव्हती. मी तिला झटकन तिचं हे गुपित सांगून टाकलं! म्हणालो,'सावली, तू कायम माझ्या आसपास असतेस, हे मला माहितीय!' तशी हसली बरं का! म्हणायला लागली,'कित्येक—नव्हे कोणत्याच माणसाला हे कळत नाही. तू इतरांपेक्षा खूपच बुध्दिमान आहेस, म्हणूनच तुझ्यापासून मला हे लपवता आलं नाही!' बुद्धिमान तर मी आहेच! ते मलाही केव्हाच कळलंय. कदाचित, मी तल्लख नसेनही.... आसपासची शिकली-सवरली माणसंच जास्त मठ्ठ असल्याने, तुलनेतही सावलीला तसं भासलं असेल. संधी साधून मी म्हटलं,'तू असतेस, हे मला माहितीय. मग, तू लपण्याचं नाटक करतेस कशाला?' ती खदखदून हसली. पण तिलाही ते पटलेलं असावं. आता निबिड अंधार असला तरी, माझी सावली मला दिसते, तशी दिसली असती का, नाहीतर?

हं, तो प्रसंग.

लहान असताना, मला आजार झाला. मी अंथरुणाला खिळून होतो. डॉक्टरांनी सांगितलं, की तो पोलिओ आहे! आईनं त्या वेळी खूप कष्ट घेतले. रोज औषधं-इंजेक्शनं द्यायला न्यायची. पाय चोळायला मालिशवाल्याकडे न्यायची.

मी बरा झालो, पण त्या दिवसांत माझं मुलांमधलं खेळणं सुटलं ते सुटलं!

तासन् तास बसून राहायचो. कधी मुलांचं खेळणं पाहत, कधी

स्वत:शी खेळत; गप्पा मारत, तर कधी, निर्विचार.

एकदा असाच बसलो असताना, पहिल्यांदा माझ्या लक्षात आलं.

अंगावर उन्हं पडतायत; पण.....सावली कुठाय? म्हटलं, अँ! हा काय प्रकार आहे?

पाहतो, तर माझी सावली माझ्या समोरच हसत उभी!

माझं लक्ष गेलं, तसं म्हणाली,

"ये, आपण खेळू!"

आधी माझाही तुमच्यासारखाच विश्वास नसता. पण मी तेव्हा लहान होतो. आणि सावलीनं समजावून सांगितलं ना! म्हणाली,

"घनश्याम, मी तुझी सावली आहे. तू माझं शरीर आहेस. म्हणजे, माझ्या मनात जे येतं, ते मी तुझ्या शरीराकडून करवून घेते!"

"असं कसं?" मी विचारलं. पण विचारत असताना, एक गमतीदार योगायोग माझ्या लक्षात आला. सावली जश्शी उभी होती ना तस्सा मी उभा होतो!

"वेड्या, सावली काय करू शकत नाही?" ती माझी कीव करीत म्हणाली, "तुला काय वाटतं—तू डॉक्टरांच्या औषधांनी, त्या मालिशवाल्याच्या पाय चोळण्याने, किंवा आईच्या परिश्रमांनी बरा झालास?"

"नाही?"

"मुळीच नाही! मी झोपून होते, म्हणून तू झोपून होतास! मी चालायला लागले, तसं तुलाही आपोआप चालावंच लागलं! सावली तिच्या इच्छेनं हालचाल करते, त्यानुसार माणसाच्या हालचाली होतात! तुला गंमत दाखवू?"

"दाखव बरं!"

तर, सावलीनं काय केलं, माहितीय?

नाच करायला लागली, नाच! तर-खरंच, मीही अगदी त्याबरहुकूम नाचायला लागलो.

मला नाचताना पाहून, खेळणारी पोरं टवाळीनं हसायला लागली.

एक कळत नाही, यात हसण्यासारखं काय आहे?

तुमच्या सावल्या खेळतात, म्हणून तुम्ही खेळता. माझी नाचते, म्हणून मी नाचतो! त्या पोरांना कुठलं हे कळायला! येथे मोठे मोठे बुद्धिवंत चकतात, तर.....!

* * *

एक शोध मला जरा अंमळ उशिरानेच लागला; पण तो लागला-नि मलाच लागला, हेच विशेष! कोणा ॲव्हरेज बुद्धीच्या माणसाला संपूर्ण आयुष्यभरात देखील कळत नाही हे!

सावली तर इतकी थक्क झाली! म्हणाली,

'भले शाबाऽस! तू काही लाख वर्ष उशिराच जन्माला आलास! नाहीतर, ब्रह्मदेवाऐवजी, तू सृष्टी-निर्माता झाला असतास!'

आणि हे, तुमच्यासारखं थट्टेनं—कुत्सितपणानं नाही, बरं काऽ.....मनापासून! हलकटपणे वागा-बोलायला, ती काही माणूस नाही! ती खोटं बोलत नाही. खोटं वागत नाही. टिंगल-टवाळी करत नाही. म्हणून तर, ती माझी एकमेव मैत्रीण आहे ना!

काय झालं, संध्याकाळी माझी आई मला फिरायला बागेत घेऊन गेली होती.

तिची सावली बाकावर बसली, म्हणून तिला त्याच जागी बसावं लागलं. माझी सावली जमेल तसं घसरगुंडी-झोका खेळत, मग हिरवळीवर लोळू लागली.

अरे! माझी सावली, म्हणजे तुमच्या भाषेत-'मी' बरं का! खरंतर, 'आईची सावली माझ्या सावलीला घेऊन बागेत आली!' असंच खरं! सांगतानाही मला असंच सांगायची सवय आहे. पण, तुमचा घोटाळा होऊ नये, म्हणून आपलं,'मी'! नाहीतर, सावलीच्या मनाविरुद्ध आपण बोटदेखील हलवू शकत नाही, हे मला का माहीत नाही!

हिरवळीवर लोळताना, माझं लक्ष कुठल्याशा एका कुंडीतल्या झाडावर बसलेल्या चतुरकडे गेलं आणि आश्चर्य म्हणजे, अगदी त्याच वेळी.....सावली त्या झाडाच्या दिशेनं हळूहळू सरकू लागलेली!

योगायोग असा की, माझ्या हाताची सावली चतुरच्या दिशेनं सरकू

लागली, तसा माझा हातही त्या दिशेनं सरकू लागला! आणि.....

काय सांगू! सावली आणि माझा हात त्या चतुरवर एकत्र आला, तर चतुर मेलाच!

तेव्हा लक्षात आलं—

अरेऽ....सावली आणि आपलं शरीर-शरीराचा भाग एकत्र येतील, तेव्हा तेव्हा, प्रत्येक वेळी असंच घडेल!

पाच-दहा प्रयोग करून, खात्री करून घेतल्यानंतरच मी या निष्कर्षापर्यंत आलो; तसा मी कधीच अंधविश्वास ठेवणार नाही!

नंतर नंतर, माझा तो एक विरंगुळाच होऊन बसला! मोठा होऊन, अधिक समज यायला लागेपर्यंत माझ्या 'मृत साठ्या'त हजारो चतुर....फुलपाखरं...झुरळं....एकदा तर बेडूकही! या बेडकानंच घोटाळा केला!

घराच्या पोटमाळ्यावर मी एक पोतं ठेवून दिलं होतं. सावलीतला हात आणि माझा हात यांच्या एकत्र येण्याने मेलेली ही पाखरं-झुरळं मी अभिमानाने या पोत्यात साठवायचो.

त्यात काय वाईट आहे, मला कळत नाही! कोणी स्टॅम्प जमवतं, कोणी निरनिराळ्या देशांची नाणी जमवतं; कोणी नट-नट्यांचे-खेळाडूंचे फोटो जमवतं....मी माझ्या शिकारी साठवायचो!

हां, पोटमाळ्याच्या खाली त्याचा जरा उग्र असा एक वास जाणवायचा खरा! पण, माझ्या छंदापायी कोणाला एका पैशाची तरी तोशीस होती का? लोक असा विचार का नाही करीत?

तो बेडूक—त्याचा मोह मी करायला नको होता!

आता, मला काय माहीत, की या बेडकाचा वास नंतर फारच घरभर होईल, नि हैराण होऊन, घरचे लोक त्या वासाचं उगमस्थान शोधत, माझ्या खजिन्यापर्यंत पोचतील!

कसला वास येतो? कसला वास येतो?

वास तर मलाही येत होता आणि तो लपण्यासारखा मुळीच नव्हता!

उग्र....कुजट.....!

वैतागून सगळे त्या वासाच्या मागे लागले!

तर, इथे—या माळ्याखाली वास येतो! माळ्यावर जाण्याकरता शिडी बांधलेली. भाऊ चढला त्यावरून वर!

कोरड्या ओकाऱ्या देत खालीच आला! शेवटी नाकाला फडकं बांधून, हातात टॉर्च घेऊन, वडील वर गेले. त्यांनी धपकन ते पोतं खाली टाकलं!

इतका वेळ मी सहन केलं; पण पोतं खाली पडलं, तसा मात्र संतापत-जिवाच्या आकांताने ओरडत-रडत, मी त्या पोत्याच्या दिशेनं झेपावलो.

आईनं मला पकडून ठेवलं. माझा खजिना माझ्यापासून हिरावला गेला, म्हणून मी रडणारच! मला पोटाशी धरून, आई कां हमसाहमशी रडली, मला कळलं नाही.

घरातल्या इतरांचं वागणं तर अनाकलनीयच. माझ्याशी बोलणं नाही-काही विचारणं नाही....जो-तो नुसता आपला विचित्र नजरेनं माझ्याकडे पाहतोय आणि आपापसात कुजबूज.

वडिलांच्या डोक्यावर तर परिणाम झाला! दुसऱ्या दिवशी एका मानसोपचारतज्ज्ञाकडेच गेले! मला बरोबर घेऊन.

त्यांनी मला निरनिराळे प्रश्न विचारले. मी पण जबाबदारीने उत्तरं वगैरे दिली.

असं आहे.....घरातला शांत, विचारी मुलगा म्हणून त्यांनी मला बरोबर नेलेलं! त्यांचे मनोव्यापार विस्कळीत आहेत म्हटल्यावर, डॉक्टर तरी कोणाला प्रश्न विचारणाऽर; नाही का?

वडील इतके अप-सेट होते, की त्यांची औषधंदेखील, त्यांच्यासाठी, मला घ्यावी लागली! पण फरक पडला जरा वडिलांना! घरात बोलू लागले. कामावर जाऊ लागले. सावलीला हे सगळे माहीतच होतं! त्यावर आमची चर्चा झाली, तेव्हा ती म्हणाली,

"अरे, घनश्याम.....एखाद्याचे ग्रह वाईट असतील, तर त्याच्यासाठी घरातली इतर माणसं जप वगैरे करतात—तसंच हे! तू औषधं घेतलीस नाऽ, आता तात्यांना बरं वाटणारच हो!"

सावलीनं पण माझ्याच मनातले विचार बोलून दाखवले, तेव्हा खात्रीच पटली. ती शहाणी असते. तिला सगळं माहीत असतं. तिनंच मला सावधही केलं! म्हणाली,

"तू ऐकणार ना माझं, घन:श्याम- ? अं? फुलपाखरं-झुरळं-पाली.....हे प्राणी मार, पण जपून ठेवून नकोस! तू ते जपून ठेवल्याने तात्यांच्या डोक्यावर परिणाम झालाय!"

"पण....माझा तो संग्रह होता की!" मी निराश होत उद्गारलो.

"संग्रह पाहिजे कशाला? आपण खेळताना किती मजा केली, आपल्याला माहीत असतंच की! त्यापेक्षा, मी तुला आणखी एक मजा शिकवू?"

"कोणती?"

"माझ्या हातात मी ब्लेड......कात्री.....पेन.....अशा सावल्या धरते!"

"आणि-?" मी उत्तेजित होत विचारलं.

"बघ—ब्लेडची सावली आणि तुझ्या हातातलं ब्लेड.....कोणाच्या शर्टावर, किंवा मनगटावर एकत्र आलं नाऽ. फार निराळीच मजा येईल! करून बघायचं, उद्या?"

नाही कसं म्हणणार?

घरातली अन् आसपासची सगळी माणसं मला 'घन्या' म्हणतात! ही सावलीच तेवढी, एक मला लाडाने-प्रेमाने 'घनश्याम' म्हणणारी!

* * *

"कमलाबाई घन्याच्या धसक्याने हाय खाऊन मेली!" असं लोक कुजबुजतात. अजूनही कुजबुजतात. पण मी लक्ष देत नाही. लोकही माझ्यासमोर तसं म्हणत नाहीत. मागं म्हणतात. पण सावलीला ते मान्य नाही! कोण-कोण, काय-काय बोलतं, ते तिनंच मला सांगितलंय की,"घनश्याम, लोक काहीही म्हणू देत. तू लक्ष देऊ नकोस. तुझी आई का मेली, तुला माहितीय का? तात्यांच्या डोक्यावर परिणाम झाला, तेव्हा डॉक्टरनं तुला औषधं दिली. त्यानं तात्या बरेही झाले! मग आई आजारी पडली, तर तुला औषधं द्यायला नको होती का?"

हेच, अगदी हेच माझ्याही मनात आलेलं! सावलीचं म्हणणं अगदी रास्त आहे.

दवाखान्यात आईला भेटायला मला नेलं होतं. कोणाचं लक्ष नाही, असं पाहून, मी तिच्या बाटलीतलं थोडं औषधं पिऊन टाकलं, तर ती तेव्हा चांगली उठून बसली होती! डोळे उघडले. तिनं नीट माझ्याकडे पाहिलं. मला जवळ घेतलं, गोंजारलं, आवाज मात्र फार खोल गेला होता. जास्त बोलवत नव्हतं. इतकंच म्हणाली, "घना....कसं होईल रे तुझं!'' आणि मला छातीशी धरून, घळाघळा रडली.

माझी सावली पण रडली!

नंतर, मी त्याबद्दल विचारलं तर म्हणाली,

"अरे, तिची सावली मला जवळ घ्यायची. माझ्यावर प्रेम करायची. घरातल्या दुसऱ्या कोणाचीही सावली असं आता जवळ घेणार नाही! दादाची सावली तर माझ्या अंगावर हातच टाकते! तिला आता कोण अडवेल? मला तर इथून—या लोकांपासून पळून जावं वाटतंय बघ!''

आईची सगळी औषधं पिण्याची मला संधी मिळाली असती ना... आई गेली नसती!

माझी आई गेली होऽ, गेली.....गेली...

या हलकटांनी माझ्या सावलीला स्मशानात येऊ पण दिलं नाही!

म्हणे— हा तिथे गोंधळ घालेल! नवीनच काहीतरी समस्या उभी करेल!

म्हणजे, काय केलं असतं हो मी? सांगा ना!

हां, हे मला मान्य आहे, की गेल्या चार-पाच वर्षांत माझ्यामुळे घरच्यांना खूप त्रास सहन करावा लागला.. पण कोणाला सांगूनही पटतच नाही, की बाबांनो, मी काहीही करीत नाही! माझी सावली माझ्याकडून कृती करवून घेते!

बरं, सावलीलाही दोष देता येत नाही! तिच्या प्रत्येक कृतीचं समर्थन तिच्यापाशी आहे.

सांगितलं ना— मी अगदी गरीब आहे! कोणीही मारा...

लाथडा....अपमान करा, मी तो सहन करतो. माझी सावली अपराध्याला कधीच क्षमा करीत नाही.

एका वर्षी, त्या कुटमुटियानं मुद्दाम मला खिजवण्यासाठी, शाळेत नवा भारीचा शर्ट घातला. त्याच्याच शेजारी मी बसायचा. तर, त्याच्या शर्टापुढे माझा विद्रूप दिसत होता.

मला काही वाटलं नाही. मी उलट, त्याला शर्टाची किंमत विचारली. रंगाचं वगैरे कौतुक केलं. पण सावली! त्याच्या शर्टाच्या सावलीनं, माझ्या शर्टाच्या सावलीकडे पाहून, कुत्सितपणे का हसावं? का तिला तिच्या जीर्णपणाबद्दल खिजवावं!

आली माझ्या हाताच्या सावलीत ब्लेडची सावली!

माझ्या ब्लेडची सावली आणि माझ्या हातातलं ब्लेड कुटमुटियाच्या पाठीवर एकत्र आलं!

थेऽट मानेपासून पाठीपर्यंत, होऽ!

तसंच, एकदा तर, माझ्या सावलीनं अगदी डूख धरूनच त्या धारणेचा काटा काढला!

वार्षिक स्पर्धा. पळणे-पोहणे-लांब उडी- उंच उडी....वगैरे.

सगळ्यांनी नावं दिली, म्हणून मी पण दिलं. पळण्यात.

स्पर्धा सुरू होताना, धारण्या म्हणाला, ''लंगड्या ऽ, तू कशाला भाग घेतला? पायात पाय घालीन तर पडशील कोलमडून! चार दात जातील....गुडघे फुटतील!''

मी काही उत्तर दिलं नाही. सांगितलं ना, कोणाला उलट बोलणं-दुखावणं-कुरापती काढून भांडणं, हा माझा स्वभावच नाही.

एक-दोन-तीन!

आम्ही पळायला लागलो तर, वळणावर धारण्याच्या पायाची सावली माझ्या पायाच्या सावलीत आली!

पडलो, धप्पकन!

रात्री सावलीला सांगायला गेलो. तर, म्हणाली, ''माझ्या लक्षात आलंय सगळं! वाट पहा. धारण्याच्या पायाच्या सावलीत मी अशी येईन,

की त्याची सावली पुन्हा माझ्या वाटे जाणारच नाही!''

स्पर्धा संपल्या....वार्षिक परीक्षा संपल्या....मे महिन्याची सुट्टी सुरू झाली....ती संपून, शाळेचं नवं वर्ष सुरू झालं.

सहल!

शिवनेरी-लेण्याद्री, ओझर—अशी.

जाताना, आम्ही शिवनेरीवर रस्त्याने गेलो. उतरताना दोन ग्रुप्स पडले. एक रस्त्यानं उतरणारा; दुसरा कड्याच्या बाजूची पायवाट घेणारा.

धारण्या दुसऱ्या ग्रुपमध्ये.

सावली माझ्या कानाशी म्हणाली, ''धारण्याच्या ग्रुपबरोबर जा!''

असं का ते मला कळलं नाही. एकतर, मला असं कड्याच्या बाजूने उतरता येत नाही. भीती वाटते. डोळे फिरतात. आणि गेल्या वर्षीचा प्रसंग विसरून गेलेलो ना!

पण, सावली 'जा' म्हणते, तर जायला हवं! तिनं सांगितलं, म्हणून धारण्याबरोबर राहायला हवं!

सर म्हणाले, ''धारण्याऽ, त्या घन्याला जपून ने रेऽ! लंगडं कशाला इकडून आलंय, कोणास ठाऊक!''

धारण्या पण मला सांभाळून नेतोय. आणि....

एक अतिशय अवघड भाग!

जेमतेम वीतभराची खोऽल उतरती पायवाट.

डाव्या अंगाला उघडा-बोडका कातळ.

थेऽट सत्तर ऐंशी फुटांवर खालचा रस्ता!

धारण्याच्या आणि माझ्याही ध्यानीमनी नाही. पण माझ्या पायाची सावली धारण्याच्या पायात अडकली! माझ्या हाताच्या सावलीनंही त्याच्या पाठीला धक्का दिला वाटतं!

गडगड-गडगड-गडगड-गडगड.....थडाऽड.....धप्प!

धारण्या कसाबसा वाचला. पण वर्ष वाया गेलं! शरीराची तर इतकी मोडतोड की, पळण्याच्या काय, चालण्याच्या शर्यतीतही भाग घेणं अशक्य!

सरांना संशय होता. त्यांनी तो एकांतात मला बोलूनही दाखवला.

पण मी काही केलंच नव्हतं, तर मी कसा कबूल करणार!

त्या धारण्यानंही नंतर त्यांच्या संशयाचा फायदा घेऊन, माझ्याकडे बोट दाखवलं!

वडील म्हणतात—"पोलीस केसच व्हायची, शाळेतून नाव काढून टाकण्यावर निभावले!"

अनवधानाने का होईना, माझ्यामुळे घरच्यांना असा त्रास खूप झाला. मला मान्य आहे. पण....म्हणून, मला स्मशानात येऊ द्यायचं नाही?

माझी आई गेली! सावलीलाही आता इथे थांबण्यात स्वारस्य नाही!

निघायच्या रात्री मला म्हणाली, "मी जाणार! तुला यावंच लागेल! जाण्यापूर्वी मला स्मशानात संधी मिळायला हवी होती रेऽ! तुला औषध प्यायला न देऊन, त्या माउलीचा तात्यांनी बळी घेतला ना त्यांच्या पाठीवर चितेतलं लाकूडच ठेवलं असतं! तरी, हरकत नाही! माझ्या हातात आता रॉकेटच्या बाटलीची अन् काड्यापेटीची सावली येईल.....!"

* * *

वृत्तपत्रात एकदा वाचलं — पाहिलं.

चौकट होती. चौकटीत माझा फोटो चक्क!

आधी वाटलं, थेट आपल्यासारखाच दिसणारा हा कोणीतरी मेला असावा!

पण नाही. माझं नावच छापलेलं खाली. त्याखाली मजकूर.

"सदर तरुण वेडाच्या भरात घरातून निघून गेला आहे...." वगैरे.

आणि शेवटी खास माझ्यासाठी टीप.

"घना, असशील तिथून परत घरी ये. तुला कोणी रागवणार नाही. -तात्या."

मला आपलं ते सगळं खरं वाटलं. वाटलं, बोलवतायत एवढं, तर जावं! आईचं मरण आणि आपलं निघून जाणं—दोन्हींमुळे त्यांच्या डोक्यावर परिणाम झाला असेल, तर....

पण सावलीनं मला वेळीच सावध केलं.

"घनश्याम, मी नाही हं त्या घरात पुन्हा जायची!"

"अगं, पण, तू नाही गेलीस तर मला कसं तुला सोडून जाता येईल?"

"तू जायचं मनात आणतोसच कशाला? त्या रात्री काय-काय झालं, तुला आठवत नसेल, मला आठवतंय!"

तिनं म्हटल्यावर मला सगळं आठवलं!

काही दोष नव्हता हो माझा! सावलीच्या हातात रॉकेलच्या बाटलीची सावली आली, त्याला मी काय करणार, सांगा ना! घरभर रॉकेल शिंपत गेली! आणि आता, काडी ओढणार....एवढ्यात, दादा लघवीला जायला म्हणून बाहेर आला! आरडा-ओरडा...धावपळ...गडबड!

मी सांगतोय- मी काहीही केलेलं नाही....माझा दोष नाही...

तर, ऐकतं कोण?

सगळ्यांनी मिळून लाथा-बुक्क्यांनी तुडवला!

अहो, माझ्या नाऽ, नाकाचा घुळणा फुटला; रक्ताची धार लागली...ओठ फाटला हो माझा! पण कोणाला काही वाटलं नाही, का कोणाच्या काळजात गलबललं नाही!

माझी सख्खी माणसं ही! माझ्यावर त्वेषानं तुटून पडली होती! मी कळवळत-वळवळत

'आईऽ आईऽ' रडत, मार खात होतो.

शेवटी दादा म्हणाला,

"पुरे आता! मरेल तो! पण उद्या सकाळी-सकाळी ह्याला मेन्टलला सोडून येतो!"

"मर भडव्या! आईला गिळून दिवस नाही लोटला, तर घर गिळायला निघाला!" असं म्हणत, तात्यांनी माझा हात धरून मला फराफरा ओढत, घराबाहेरच्या ओट्यावर ढकलून दिलं.

मी बाहेर, आणि माझ्या घराचं सख्खं दार मला बंद!

तुम्ही सांगा नाऽ....आपल्या पाळीव कुत्र्याला लूत भरली, तरी आपण त्याला असं बेवारशी सोडून देतो का होऽ?

माझी सावली— फक्त माझी सावली तेवढी माझ्यासाठी धाय मोकलून

रडत होती! तीच माझ्या जोडीनं कळवळली होती...वळवळली होती!

सकाळपर्यंत मी तिथे थांबतोच कशाला!

म्हणजे थांबलोही असतो. नव्हे, थांबलोच असतो. कारण काय करावं, मला सुचत नव्हतं. सावली रडत-रडत म्हणाली,

''चल, घनश्याम! आता इथे थांबू नकोस!''

''का?''

''तुला काहीच कसं कळत नाही? अरे, वेड्या, आता हे घर कधीच तुझं असणार नाही! ही माणसं इथून पुढे तुझी कोणी नव्हेत!''

''असं नको ना म्हणूऽ!'' मी घुसमटत म्हणालो,''सकाळी दार उघडून-''

''सकाळी दार उघडेल, ते तुला घरात घ्यायला नाही, वेड्या, तुला घेऊन मेन्टलला पोचवायला!''

कोणीही—अगदी कोणीही मला 'वेडा' म्हटलं ना, मला राग यायला लागतो. पण माझी सावली मला 'वेड' म्हणते ना, ते मात्र ऐकावं वाटतं! आईच्या मायेनं अंगावर संरक्षक पांघरूण घातल्यासारखं वाटतं होऽ!

या माणसांनी खच्च भरलेल्या जगात, आहेच कोण — माझं असं?

माझी माणसं मला ठार वेडा ठरवून, वेड्यांच्या इस्पितळात भरती करायला टपलेली!

सावलीनं वाचवलं नसतं, तर आज मी कुठे असतो?

बरोबरच आहे मग तिचं!

कशाला, असशील तिथून परत ये?

वेड्याच्या इस्पितळात टाकायला? तिथे, शरीराची धनुकली करणारं विजेचे झटके घ्यायला?

वेडा आहे का मी, परत जायला!

माझा निर्णय तिला ऐकवला.

कोणालाऽ? माझ्या सावलीला.

म्हणजे, निर्णय तिचाच होता, तो मी मान्य केल्याचा माझा निर्णय!

खूष झाली. म्हणाली,

"घनश्याम, आता मी तुला असा नवीन खेळ शिकवते की, तुला उपाशी राहावं लागणार नाही आणि तुझ्या खिशात पैसेही येतील! अं? पण रात्री सगळीकडे निजानीज मात्र झाली पाहिजे हं! तू असं कर - लोक जागे आहेत, तोपर्यंत या पाईपाच्या पलीकडे झोप घे. सगळीकडे सामसूम झाली की जागा हो!"

मी 'बरं' म्हणून मान डोलावली. तिचं ऐकलं.

तर, रात्री बरोबर दोन वाजता माझी सावली उठली!

रस्त्यानं चालू लागली.

तासभर चालल्यावर तिला हवा तसा एकांत मिळाला.

एक माणूस एकटाच एका फुटपाथाच्या टोकाला झोपलेला.

माझ्या सावलीच्या हातात एका धोंड्याची सावली आली.

ती त्या माणसाच्या अंगावर पडली.

तो माणूस आपला बावळटसारखा तोंडाचा 'आ' वासून घोरतोय! आणि हात माऽरे, बंडीच्या खिशावर! आत पैसे वगैरे असणार!

मला तर हसूच यायला लागलं!

नाहीतर काय! सावलीच्या हातातली धोंड्याची सावली आणि माझ्या हातातला धोंडा....त्या माणसाच्या कपाळावर एकत्र आले की, त्याला काय त्या बंडीतल्या पैशांचा उपयोग?

* * *

कोण, कोणाशी आणि कशावरून भांडत होतं, ते काही मला समजू शकलं नाही. कारण, सगळेच इंग्रजीतून भांडत होते. पण त्यातल्या काहींच्या नजरा आणि हात संतप्तपणे माझ्याकडे होते, त्याअर्थी ते जे काही चाललं होतं, ते माझ्यावरून चाललं होतं - एवढं बरीक माझ्या लक्षात आलं!

समोरच्या खुर्चीत - सगळ्यांपेक्षा उंचावर—एक माणूस बसला होता ना, तो ठार वेडा होता, वेडा! अशी कानटोपी अन ऐन उकाड्यात तो काळा कोट कोणी घालतं का? आणि मध्ये बोलायला भीती वाटत असेल, तर यायचंच कशाला इथे? हा बोलायला लागला....बघत रहा ह्याच्याकडे, तो बोलायला लागला....बघत रहा त्याच्याकडे!

हे तर काऽय, मी पण करू शकलो असतो!

आणि, भित्रा बरं का, जाम भित्रा! मारामारी वगैरे झालीच, तर पळून जाता यावं, म्हणून त्याच्यासाठी स्वतंत्र दार होतं!

तरी बरं, कोणी सहज पोचणार नाही, इतक्या उंचीवर बसला होता!

मला काही कळत नव्हतं. कंटाळा आला, म्हटलं, 'तुमचं चालू दे! मला कशाला उगाच या भांडणात घेता? मी जातो की!' तर, मला डांबून ठेवलेलं. शेजारी दोन बंदुकधारी पोलीस उभे. 'खबरदार, हललास तर!'

माझी सावली तिथं होती आणि तिला सगळं समजत होतं, म्हणूनच मला थोडं—फार कळलं!

सावलीच्या हातातल्या धोंड्याची सावली आणि माझ्या हातातला धोंडा हे एकूण वीस-पंचवीस माणसांच्या डोक्यात एकत्र आलं ना, त्यावरून हे भांडत होते!

ह्यांचा काय संबंध? मी ह्यांच्यापैकी कोणाला काही केलंय का?

मी काही केलंच नाहीये, खरंतर!

त्या रात्रीसुद्धा, पोलिसाला मी तेच समजावून सांगत होतो.

एक माणूस झोपडीच्या कट्ट्यावर झोपला होता. आणि सावलीच्या हालचालींनुसार मी माझ्या हातातला धोंडा वर केला होता. एवढ्यात, पोलिसांच्या सावलीनं माझ्या सावलीच्या हातावर फटका मारला. धोंड्याची सावली गडगडत गेली! अर्थातच, माझ्या हातातला धोंडाही गडगडत गेला!

काही विचारणं नाही- काही नाही! जोऽरात शिट्टी मारली. कुठून-कुठून हेऽ पोलीस धावत आले. पकडलं मला! काय-काय विचारलं, चौकीत नेऊन! मी आपलं खरं सांगून टाकलं बाबा! मी काही केलंच नाही, तर घाबरू कशाला?

आणि, इथे परत तेच सगळं चाललं होतं वाटतं!—त्या वेड्या, भित्र्या माणसासमोर!

सावली म्हणाली, "तुझ्या बाजूनं भांडणारा काळा कोटवाला तुला वेडा ठरवायला पाहतोय! आणि तो दुसरा काळा कोट म्हणतोय- हा पिसाट आहे.....विकृत आहे!"

हे असं बरेच दिवस — मला वीट येईपर्यंत चाललं होतं! भांडणातून काही निष्पन्न झालं नाही की, मला पोलीस घेऊन जायचे. एका खोलीत बंद करून ठेवायचे. काही दिवस गेले की, पुन्हा ही माणसं माझ्यासोबत भांडायला एकत्र जमायची!

एक-दोनदा तात्या...दादा...वहिनी...शेजारचा गोपाळ....असं कोण-कोण येऊन गेलं!

पण कोणी काही केलं नाही! उलटं, तेही सगळे मला वेडा ठरवण्याच्या मागे!

शेवटी, तो बावळट, वेडा, भित्रा माणूसच रडकुंडीला आला असावा! इंग्रजीत दोन्ही काळ्या कोटांना खूप वेळ रागवला. दोघं कसे निमूट ऐकून घेत, बसून होते!

त्या दिवशी त्यांचं ते भांडण संपलं बाबा, एकदाचं!

भित्र्या माणसानं त्याच्या समोरच्या जाडजूड वहीत काहीतरी लिहिलं. आणि पेनचं नीफ असतं ना, तेच मोडलं त्याचं!

सगळीकडे गंभीर शांतता पसरली.

मी दया येऊन विचारलं,

''नीफ मोडलं का?....दुसरं पेन घ्या! नाहीतर, पुढं कसं लिहिणार?''

कोणी काही बोललं नाही.

तो 'टोपड्या' तर येडा उठून निघूनच गेला!

* * *

एका रात्री तीन वाजताच तुरुंगाच्या त्या प्रेमळ अधिकाऱ्यानं मला उठवलं. दाढी हजामत.....छान गरम पाण्याने अंघोळ.....नवे-नवे कपडे....

चैनच होती!

म्हटलं, सोडून देतात की काय आता हे! आणि, इथली इतकी सवय झालेली....आता दाढीचे केसही निम्म्याच्यावर पांढरे झालेले, अन् दुसरीकडे कुठं नव्यानं बस्तान बसवणार?

''तुला खायला काय हवं?'' विचारायला लागला.

म्हटलं, ''पाच वाजता कधी कोण खातं का? पण...विचारतोच

आहेस, तर ते मऊ-मऊ मेतकूट-भात! घाल त्यावर साजूक तूप आणि लिंबाच लोणचं असेल का रे?''

खूप-खूप वर्ष झाली! मी ना, तेव्हा आजारी होतो. माझी आई एका ताटलीत असा गुरगुट्या भात घ्यायची. त्यावर मेतकूट नि तूप घालून तो चुरायची. कालवायची आणि ना, बाहेर—ओट्यावर तात्यांनी एका रात्री मला फरफटत आणून ढकललं ना तोच तो ओटा! तिथे मला घेऊन बसायची. 'कौव आला-ला-ला..अंऽ!' की, माझ्या तोंडात! मी खदखदून हसत, रिकामं तोंड 'आ' करून दाखवायचो. की ती 'आँ ऽऽ अले, लब्बाऽड!' म्हणत, चिऊचा घास माझ्या तोंडात भरवायची!

आई जाऊन लक्षावधी वर्षं लोटली...तात्याही गेले केव्हातरी.

'ए अरे, कोणीतरी मला एकदा न्हाऊ घाला रे! छान-छान तीट लावा...मायेनं दोन घास भरवा...आणि 'गाई-गाई' करा!'

'बास, मला तुमचं काऽही नको! मी कोणाला काही करणार नाही! अरे, मी तसा खूप शांत आणि समजूतदार आहे, रे!'

अधिकाऱ्यानं आणून दिलेला गुरगुट्या भात खाताना तर सारखं रडूच यायला लागलं. आईची फार आठवण यायला लागली.

म्हटलं, हा आता रागावेल की! मागितल्याबरोबर भात आणून दिला, भरल्या पानावर ह्याला ही दळभद्री लक्षणं काय सुचतायत- वाऽ!

अपराधी नजरेनं अधिकाऱ्याकडे पाहिलं, तर तोच दयार्द्र नजरेनं माझ्याकडे पाहत होता. त्याचे डोळे तर माझ्यापेक्षा जास्त पाझरत होते!

म्हटलं, ''साहेब....मला माझ्या आईची आठवण आली, म्हणून मी रडतोय! तू का बरं रडतोय?''

म्हणाला,''घनश्याम....बरोबर सहा वाजून पाच मिनिटांनी तुला फाशी देण्यात येईल! त्यापूर्वी, तुझी काही शेवटची इच्छा वगैरे.....?''

मी नकारार्थी मान डोलावली. गंभीर झालो.

'फाशी' म्हणजे काय, ते माझ्या सावलीनं मला केव्हाच समजावून सांगितलेलं!

शेवटची इच्छा....आहे, पण हा साहेब ती पूर्ण करणार नाही.

म्हणजे, करू शकणार नाही!

मला माझं बालपण- आजारी पडण्याआधीच बालपण, आईसकट परत हवंय!

किंवा, मग -

माझ्या सावलीच्या मांडीवर तरी मला डोकं ठेवून झोपी जाऊ दे!

यातलं तो काहीच करू शकणार नाही. मला कळतंऽ!

तो काहीतरी समजावून सांगू लागला. आयुष्य कधी ना कधी संपतंच! पुन्हा तुला माणसाचा जन्म प्राप्त झाला तर...

साहेबाचा गैरसमज झाला असावा. मी खचलो....घाबरलो, असा.

मी गंभीर झालो. मला खिन्न वाटतंय. वाईटही वाटतंय. हे सगळं खरं आहे, पण ते, मी मरणार यासाठी नाहीये! इतकी वर्ष तुरुंगात काढल्यावर या देहात उरतंच काय जगत राहावं, असं?

माझी सावली!

माझ्या कोणत्याही काळात तिनं मला साथ दिली. आईची माया दिली. मला समजून घेतलं. समजावलं. प्रसंगी, तीच माझी सर्वस्व झाली.

आणि आता...

तिनं अभंगत्व नाकारलंय! या शेवटच्या क्षणीही ती मला सोडून जाणार नाही!

फाशीच्या तख्ताच्या सावलीवर माझी बुरखा घातलेली सावली. तिच्या गळ्याभोवती फाशीच्या दोराची सावली. मग, दोराला लटकून, माझी सावली हेलकावत राहील....

सावलीच्या जिभेची पण सावली वीतभर बाहेर लोंबू लागेल.

छे! आईनंतर माझी आई झालेल्या सावलीचं हे असं व्हावं! तिला ह्यांनी काहीतरी करून बाहेर काढावं!

बास. मग, या देहाचं काहीही झालं ना, तरी मला पर्वा नाही!

○○○

५

मृगया

हॅलोऽ

अरे! असा काय पाहत राहिलायस? ओळखलं वगैरे नाहीस की काय? अं?

छे-छे, असं कसं होईल? पंचवीस-तीस वर्षांची ओळख माणूस काय अशी दोन-चार महिन्यांत विसरतो की काय?

म्हणजे...

मला पाहून तुला आनंद झाला नाही की काय! तुझ्या चेहऱ्यावरून तरी तसंच दिसतंय एकूण.

हे बरं नाही मित्रा. मी किती अपेक्षेनं तुझ्याकडे आलो आणि तू मात्र असा चेहरा मारून माझ्याकडे पाहत राहिला आहेस!

का रे बाबा, असं का? दोस्त ना आपण? विसरलास की काय सगळं?

अरे, बाहेर बघितलंस का? बघ एकदा, म्हणजे तरी तुझ्या लक्षात येईल-, मला तुला भेटायची किती जबरदस्त इच्छा होती! बघ-

ही अंधारी रात्र....बाहेर सगळीकडे दिवे गेले आहेत. त्यात हा मुसळधार पाऊस. पावसाच्या जोडीला सुसाट

वारा.

तरी मी आलो. खास तुला भेटायला. आणि तरी तू मात्र —

लाव, लाव...ती खिडकी नीट लाव. त्यातूनच ते सूं ऽऽ आवाज करीत वारं येतंय. मेणबत्ती विझून गेली तर उगाच एकमेकांचीच भीती वाटेल आपल्याला!

हांऽ नाऊ आय गॉट इट्!

भीती-! तुला कसली तरी भीती वाटते आहे, भीती.

ॲम आय करेक्ट, ऑर नॉट? अं?

तू झिडकावून टाकत नाहीयेत त्या अर्थी तुला भीतीच वाटतेय, हे तुलाही मान्य आहे. आता प्रश्न असा —

तुला का बरं भीती वाटावी? तू काही लहान नाहीस पावसाला न् अंधाराला घाबरायला!

मग तू मलाच घाबरालायस् की काय!

ओ ऽ ह, हाऊ फनी!

मित्रा, एक प्रथितयश सर्जन आपल्या एका सामान्य, साहाय्यक मित्राला घाबरतो!

क्या बात है!

तुला रे माझ्याकडून कसली भीती? अं? तू तर माझा मित्र आणि अगदी आपण एकमेकांचे शत्रू आहोत समज.

'मी' तुझं वाकडं करू शकतो?

स्वत:ची कीर्ती....पैसा....झालाच तर, राजकारणी लोकं, पोलीस, सामाजिक कार्य करणाऱ्या संस्था...अशा बड्यांमध्ये असलेलं तुझं उठणं-बसणं....

सगळं विसरलास तू! या क्षणी तुला त्यातलं काही आठवत नाहीये.

हो, पण तरी प्रश्न तोच उरतो-

मुळात, तू घाबरावंसच का, आणि कशाला?,

एनी वे, नको सांगूस, पण सांगितलं नाहीस म्हणून मला मात्र नक्की वाईट वाटेल!

असं काय करतोयस मित्रा, आपण किती जुने दोस्त! आणि आपण एकमेकांना किती बारीक-सारीक गोष्टीदेखील परवा-परवापर्यंत सांगितल्या आहेत. अशी वस्तुस्थिती असूनही, तुझ्या या परकेपणाचं मला वाईट वाटू नये म्हणतोस?

हं!....एक मिनिट हं. साली ही माशी-

हांऽ सापडली बघ. घशाच्या पोकळीत लेकाची गूं-गूं करीत वणवणतीय्.

बोल, मार दिया जाय, या जला दिया जाय?

नाही-नाही. तशी सोडून नाही देणार. मला डास नि माश्यांचं गुणगुणणं मुळीच आवडत नाही.

तुला माहीत आहेच म्हणा! मेडिकलला असताना आपण रात्रपाळीला अक्षरश: माशाच मारायचो.

ए, आठवतं का रे तुला - आपल्या वर्गात एक मुलगी होती बघ. तिचं स्कीन कसलं गोरं नि नितळ होतं. डोळे थोडे लंबुळके-मासोळीस्टाईल आणि भुरेभरे केस असेऽ तिच्या पुठ्ठ्यावर पसरायचे!

ओह! व्हॉट अ ब्युटी शी वॉज!

काय म्हणतोस—आठवत नाही?

धिस इज टू मच!

आठवायलाच पाहिजे. अबे छोड यार, तू काय मला शेंड्या लावाव्यास!

नाव सांगू? मग तर आठवेल? आणि नाही कसं रे, तुझा न् तिचा, तिचा न् माझा इतका घनिष्ठ संबंध आलेला असताना, तू तिला विसरू शकतोसच कसा?

हां, आता तुझ्या डोळ्यांत जराजरा ओळख दिसायला लागलीय.

आठवलं?

येस, क्षिप्राच! क्षिप्राबद्दलच बोलतोय मी!

तू असा बुब्बळं डोळ्यांबाहेर काढून काय पाहतोयस माझ्याकडे?

हां-हां....आलं रे, लक्षात आलं! अरे, क्षिप्रा म्हणजे बायकोच नाही च्यायला....

ए, अरे त्या जळक्या माशीकडे काय पाहत राहिलयस? तिच्या

मरणानं तुला धक्का-बिक्का तर बसलेला नाही ना?

असेल-असेल....मे बी....होगा होगा।

तसा तू हळवा आहेस; पण हे कृत्यही अगदी पराकोटीच्या क्रूरपणाचं नाहीये हं. बघ-

नुसती मेणबत्तीवर धरली.

लगेच शरीर गोळा करून घेतलं...

खलास!

सेकंदाच्या काही भागांचा खेळ तो. त्यात किती यातना होणार, होऊन-होऊन? हां, देअर यू आर.

मृत्यूच्या त्या एका क्षणाच्या यातना कोणी सांगू शकत नाही. हृदय बंद पडून माणूस मेला की आपण म्हणतो—त्याला छान मृत्यू आला! म्हणजे, अंथरुणात खितपत वगैरे पडला नाही, म्हणून पण त्याचा तो क्षण..नाही, त्यासाठी प्रत्यक्ष अनुभव घेणं हाच एकमेव मार्ग!

तर, मृत्यू छान कसा-?

तुला त्याबद्दल काही सांगता येईल?

नको, नाही सांगितलंस तरी चालेल, पण असा कावरा-बावरा होऊ नकोस.

चल, आपण तो विषयच बदलून टाकू.'मृत्यू' हा काही गप्पांचा चांगला विषय होऊ शकत नाही.

बाकी, तू हा बंगला फार पॉश ठेवलास गड्या! रंग कसा चमकदार आहे. नेरोलॅक का, नेरोलॅक?

वाटलंच.

पण हां, आल्यापासून विचारीन-विचारीन म्हणत होतो - बंगल्याचं नाव तू का बदलंस? 'लव्ह नेस्ट' नाव तुला आवडलं की नाही काय?

असो-असो. आताचंही काही वाईट नाही.

'मित्र-स्मृती'

मित्र म्हणजे मीच की काय? अं?

ओ गॉड! फारच हळवा आहेस बुवा तू!

वेड्या, या पद्धतीत तुला बंगल्यातल्या प्रत्येक खोलीचा, नि कोपऱ्यांना वेगवेगळी नावं द्यावी लागतील की!

'मैत्रीण-स्मृती'....'पैसा-स्मृती'....

ओह, फॅन्टास्टिक!

बरं, गमतीचं राहू दे. मला सांग,बंगल्यात काही बदल केले नाहीत ना?

नाही? वाटलंच मला.

क्षिप्रा वॉज अ नाईस, आर्टिस्टिक डेकोरेटर. तिचं डेकोरेशन बदलायचं झालंच तर ते तिनंच बदलायला हवं. आपल्या डोक्यातही येणार नाही, असं काहीतरी करते बघ.

नाही, आता क्षिप्रा नाही. ती गेली. माहितीय मला. कशी गेली हे तर माझ्याप्रमाणेच तुलाही माहीत आहे.

ओ.के. लीव्ह इट. कोळसा कितीही उगाळला तरी काळाच!

तुला वाटेल, क्षिप्राच्या मृत्यूचा विषय निघाल्यावर हा बोलणं टाळतोय! पण तसं नाही हं. मला काय भीती आहे कोणाची? घे, मी कबूलच करून टाकतो ना! येस —आय किल्ड् हर!

तुझ्या चेहऱ्यावर आता फार अजब कॉम्बिनेशन आहे गड्या! म्हणजे बघ, एकच पदार्थ—समज, श्रीखंड आणि श्रीखंडच त्याच वेळी पिठलंही असावं, असं काहीतरी फीलिंग येतंय! म्हणजे...

मला एवढंच म्हणायचं आहे, की एकाच वेळी आता तू फार संतापलेला, क्रूर वगैरे, नि घाबरलेला, गर्भगळीत झालेला वगैरे दिसतो आहेस!

एनी वे, तुला घाबरायचं काहीच कारण नाही. यू हॅव नथिंग टु डू विथ द क्षिप्रा मर्डर केस!

त्यात तुझा काही संबंध असलाच, तर डेथ सर्टिफिकेटपुरताच आहे. पण ते माझ्या फायद्यात असताना मी ते कोणाला का सांगेन?

सो, यू हॅव नॉट टु बॉदर अबाऊट इट. उलट, त्याबद्दल मला तुझे आभारच मानले पाहिजेत. तुझं रेप्युटेशन....तुझं स्टेटस....सगळं पणाला लावून तू मला त्यातून सोडवलं आहेस.

का -?

आता प्रश्न येतो, का?

मला सोडवण्याबद्दल नाही; क्षिप्राला मारण्याबाबत म्हणतोय मी. तर, या 'का'? चं उत्तरही तुला —

अरे, यू आर फेन्टिंग की काय! वेट, आय विल चेक यू. ओह, शिट्! वनस् अ डॉक्टर इज ऑलवेज अ डॉक्टर! सहा महिन्यांत असं मिळवलेलं ज्ञान विसरायला होतं की काय? वेडा!

हं, पाल्पिटेशन्स् वाढलंय की रे तुझं! बी.पी. घेऊ का?

नको? बरं वाटतंय म्हणतोय? ठीक आहे, रीलॅक्स. मी तुझ्यासाठी छानपैकी कॉफी करतो. तू आत यायची मुळीच आवश्यकता नाही. स्वयंपाकघरात काही चेंजेस केलेले नाहीत ना? मग मला सापडेल सगळं.

हं, घे—नाऊ सिप इट.

ओह....नाईस!

असा संशयानं पाहू नकोस गड्या. कॉफीत जी निराळी कडवट चव आहे, ती विषाची मुळीच नाही. त्यात थोडी 'डॉक्टर्स ब्रॅन्डी' टाकली आहे. वासावरून नाही का लक्षात आलं तुझ्या?

वेल, वेल....तुझ्या मन:स्थितीचा विचार केला तर तुझं डोकं ठिकाणावर नसल्याबद्दल तुला दोष देता येत नाही. सिप् इट.

आता कसं वाटतं? बरं वाटतंय्? छान. छानच! म्हणजे आता तरी तुला पटायला हरकत नाही की, इतकं सगळं होऊनही तुझा दोस्त हरामखोर झालेला नाही. नाही रे, मी इतक्या खालच्या पातळीला जाईनच कसा? व्हॉट डू यू से, - क्षिप्राचा खून मी पिसाटपणातून केला असेल? नाही, तू तरी तसं म्हणणार नाहीस. तिला मारताना मला फार वाईट वाटलं; पण इट वॉज अ मस्ट! नाही का? एक काळची माझी प्रिय प्रेयसी....माझ्या हृदयाचा तुकडा अशी माझी पत्नी; पण आय हॅड टु किल् हर!

पहा ना, आपण जिच्यासाठी सारं आयुष्य वेचलं, ती आपल्याशी एकनिष्ठ असल्याचं भासवत, दुसऱ्याचा बेड शेअर करीत असली, तर माणसानं तरी कसं सहन करावं ते? आणि किती काळ?

नो, सर. आय ॲम नॉट गोइंग टु ब्लेम यू फॉर दॅट! क्षिप्रासारखी ब्यूऽटिफुल तरुणी स्वत:हून भानगड करायला तयार होते म्हटल्यावर कोणता पुरुष तिला नाही म्हणेल?

आता, ती माझी बायको होती, नि तू माझा मित्र होतास, हे वेगळं. बट आय वो'न्ट ब्लेम यू....देन टू.

मुळात प्रश्न असा आहे, की क्षिप्रानं तसं का करावं?

मी दिसायला चांगला नाही? कुठे कमी पडतो? तिच्या शारीरिक, मानसिक, व्यवहारिक कोणत्या गरजा मी पुरवल्या नाहीत?

मग, तिला शेण खाण्याची बुद्धी का व्हावी?

असो....असोच.

मेल्या माणसाच्या चारित्र्याची अशी चिरफाड करणं चांगलं नाही. ती गेली; तिच्याबरोबरच तिचं योग्य-अयोग्य वागणंही गेलं!

पण म्हणूनच मी म्हणत होतो —

क्षिप्रा का मेली, नि तिला कोणी मारलं, तेही तुला माहीत आहे!

ती कशी मेली माहीत आहे?

नाही?

मित्रा, हा मात्र तुझा विनय आहे हं. तू काही इतका खुळा नाहीस. क्षिप्रा गेली तेव्हाच तिच्या मृत्यूचं कारण तुझ्या लक्षात आलं होतं. म्हणून तर पोस्टमार्टेमच्या वेळी तू व्हिसेरा वगैरे तपासत राहिलात; पण तिच्या मेंदूकडे मात्र मुळीच वळला नाहीस!

अरे,अरे....प्रेग्नन्सी-पिरियड असल्यासारख्या चकरा काय येतायत तुला? मी इतक्या छान गप्पा मारतो आहे आणि तू मात्र....ओ ऽ ह गॉड! धिस इज टू मच.

घे, घे....डायरेक्ट ब्रॅन्डीच घे. बाहेर रपारपा पाऊस कोसळतो आहे. त्यात पुन्हा दिवे गेलेले. समोर मी! एकदम बाटली तोंडाला लावलीस तरी चढणार नाही तुला!

पण कृपाकरून सारखा अनकॉन्शस वगैरे होऊ नकोस.

नाही तर काय? इतका छान विषय चालला असताना, तू आपलं

बेशुद्ध होऊन रसभंग करावास....हे चांगलं का? पुन्हा लिंक जोडून घेताना किती त्रास होतो?

बघ.....विसरलो! ओह!

हां, थँक यूऽ तुझ्या डोकं गच्च दाबून ठेवण्यावरून आठवलं.

मेंदू!

काय रे, क्षिप्राला मारताना किती वेदना झाल्या असतील असं वाटतं तुला?

येस, आय अ‍ॅम द अ‍ॅथॉरिटी. राइट यू आर! मी सांगतो —

एक सेकंदभर मेंदूतल्या सगळ्या व्हेन्स आक्रसत उलट्या-पालट्या झाल्यासारखं वाटतं. असह्य वेदनांनी श्वास गुदमरतो. डोळे बाहेर पडल्यासारखे वाटतात. आणि मग....

एक जाऽड जाऽऽऽऽऽड शांतता!

दॅट'स् द फायनल फीलिंग—एव्हरलास्टिंग!

तू बाऊ करतोयस तितकं हे फीलिंग वाईट नसतं मित्रा. शेवटी आपण तरी काय, शांतता मिळावी म्हणूनच प्रयत्नशील असतो की! मग, हे फीलिंग तर शांततेचा परमोच्च बिंदू आहे!

आणि, इट'स् सो सिम्पल!

हां, डोकं सालं खूप जड होऊन बसतं मात्र. मान वळवून पाह्यचं म्हटलं तरी सारी ताकद पणाला लावावी लागते.

पण तेवढं होणारच, नाही का? काय, तुझं काय मत आहे?

नाही-नाही म्हणून माना काय हलवतोस? आणि ए—तोंड कशाला उघडं टाकलं आहेस? किंकाळी वगैरे मारण्याचा विचार आहे की काय तुझा?

नॉनसेन्स! तुझ्यासारख्या वेलनोन, रेप्युटेड सर्जननं बायकांसारख्या किंकाळ्या मारायच्या असतात का?

मीट, ते तोंड मीट.

शी, घाणेरडा! दात किती किडले आहेत बघ! घासत नाहीस की काय?

मला तर वाटायला लागलं आहे मित्रा, क्षिप्राला मी उगाच मारलं, तुझं चुंबन घेण्याइतक्या नरक-यातना नरकात काय असतील?

असो, क्षिप्राबद्दल आता बरं-वाईट बोलायचं नाही, नाही का? कारण, ती आता मेली आहे. वर्ष होत आलं तरी— ओ.....ओ....वर्ष झालंच की रे!

मागच्या वर्षीची एक्झॅक्टली आजची रात्र!

किती वाजलेत आता?

एक तीस.

शार्प दोन वाजून चार मिनिटं आणि तेहतीस सेकंद!

ही तिच्या प्राणोत्क्रमणाची अचूक वेळ!

आणखी चौतीस मिनिटं, तेहतीस-आता अठ्ठावीस सेकंद!

हं, ती तिच्या बेडवर पडून शेवटचं तडफडत होती, तेव्हा मी बेडरूममधल्या वॉल क्लॉकवर नजर ठेवून शांत उभा होतो. दोन-चार तेहतीसला शेवटचा गचका देऊन ती थंडावली. मग मी तिच्याच शेजारी झोपी गेलो.

हो, ती अचानक, झोपेतच गेली असं दाखवायचं होतं ना? मग लगेच आरडाओरडा कसा करणार? कोल्ड ब्लडेड मर्डर करायचा, तर या सर्व बाबी विचारात घ्याव्याच लागतात बाबा.

बघ, हे असं होतं!

ती कशी मेली हे सांगायचं तर अवांतरच काहीतरी सांगत राहिलो!

कोल्ड ब्लडेड मर्डरच्या बाबतीत तुला माझ्याकडून काही कशाला ऐकायला हवं? चूप रे! लहान पोरासारखा केकाटलास तर मारीन तोंडात! बावळट साला.

हे प्रकार नवीन आहेत का आपल्याला?

नाऊ, कीप क्वाएट. मी आता फार महत्त्वाचा भाग सांगतो आहे.

मी क्षिप्राला कसं मारलं....?

सोपं आहे. आपलं ते हे असतं ना- शिसं, बास. ते खूप गरम केलं की वितळतं. पातळ होतं. लापशीसारखंच, पण थोडं आणखी घट्ट.

क्षिप्राला कुशीवर वळवलं आणि....

हां, तप्त शिशाचा रस कानात ओतायचा! पुढचं आपोआप होतं बघ! कानातून तो रस असाऽ असा वाहत मेंदूत जातो आणि थंड होईल-तसतसा ब्लॉक होऊन बसतो.

आह, नाऊ कम. हे सारं तुला सांगण्याची आवश्यकता तरी आहे का! आणि तूही अगदी असा चेहरा करून ऐकतोयस, जणू नवीनच काही तरी भयाऽण माहिती ऐकायला मिळते आहे!

मागे सरकू नकोस. भिंत आहे. ती पार करणं तुला तरी अजून शक्य नाही.

अरेऽ ग्रेटच आहेस हं तू तरी! इतकी घाईची 'सिंगल' लागेपर्यंत कशाला वाट पाहायची?

फारच घाबरलेला आहेस एकूण तू.

एनी वे, यू नीड माय हेल्प. चल, मी तुला धरतो. कम ऑन.

अरे, चल ना! स्वत:च्या पायांचा नि ताकदीचा काही तरी उपयोग करशील की नाही? का आपलं, मी आधार देतोय म्हटल्यावर माझ्यावरच सगळा भार टाकून अवलंबून राह्यचं?

हं, धिस वे प्लीज.

बेडरूम बदललं नाहीस ना? मी म्हटलं, बदललं असशील.

कारण, क्षिप्रा त्याच रूममध्ये गेली; निदान तिच्या मृत्यूच्या आठवणी तरी टाळशील तू!

नाईस! काहीसुद्धा बदल नाही बघ. अगदी शेवटी पाहिलं होतं, तसंच आहे. तिच्या आठवणींशी प्रामाणिक वगैरे होतास की काय आजपर्यंत?

वेल, वेल. झोप, या बेडवरच झोप. माझा तो होता; हा क्षिप्राचाच आहे.

अरे, नीट झोप की, फारच लहान मुलासारखा करतोस हं! तो पाय घे खाली. हं, आता वळ कुशीवर.

पांघरूण घालू का? थरथरतोय्स तरी किती मग!

शाबाऽस! ऐकावं असं शहाण्यासारखं.

मुळीच हलू नकोस हं. मी अगदी हा गेलो न् हा आलो बघ!

हं. आहेस का रे? गुड. मला वाटलं, मी स्वयंपाकघरातून हे आणायला गेलो तेवढ्यात....नाही, पण तुझ्या पायात आता तेवढे त्राणच नाही!

बघतोस कशाला? आणखी भीती वाटेल ना!

पटकन् हार्ट-फेल झालं म्हणजे?

अर्थात, तुला उत्सुकता असणं अगदी साहजिक आहे म्हणा!

ठीक आहे, सांगू का?

या काचपात्रात शिसाचा गरम रस आहे आणि या नरसाळीतून मी तो तुझ्या कानात सोडणार आहे!

बघ! मूर्खा, तुझ्या त्या वेड्यावाकड्या हालचालींनी माझ्या हातातलं काचपात्र तुझ्या अंगावर सांडलं असतं म्हणजे?

बी ॲट ईझ. बी काम ॲन्ड क्वाएट.

मित्रा, माझ्यावर विश्वास ठेव. तुला वाटतोय तितका त्रास होत नाही.

माझ्या अनुभवावरून सांगतोय मी. तू माझ्या कानात असा तप्त रस ओतला होतास ना, तेव्हा...

हांऽ नाऊ, इट्स ओके. थँक यू.

बरोबर, दोन वाजून चार मिनिटं!

आणखी तेहतीस सेकंदांनी तू आमच्यांत असशील-!

○○○

६

ते घर-!

हे असं का होतं? अन् किती दिवस होणार आहे? नुकसान काही नाही; पण बैचेन होतं. उगाचच मनाला रुखरुख लागून रहाते. विचार करून करून डोकं शिणतं.

खरं म्हणजे त्यात विचार करण्यासारखं काही नाही. खरंच काही नाही, हे मलाही कित्येक वर्षं पटतंय्, पण पटून उपयोग नाही. कितीही विचार केला तरी आता त्यावर विचार करणं माझ्या अंगवळणीच पडलंय. व्यसनच एक प्रकारचं ते! कोणाला सिगारेटचं व्यसन असतं, कोणाला तंबाखूचं, तर कोणाला दारूच्या प्याल्यात बुडल्याशिवाय चैन पडत नाही.

मलाही एक व्यसनच आहे- 'त्या' चा विचार करण्याचं! गेली दहा वर्षं! तब्बल दहा वर्षं!

एक स्वप्न! ना आगा....ना पीछा! त्या स्वप्नाचा खरंच मला कधी उलगडाच होत नाही. अगदी पहिल्यांदा ते केव्हा पडलं, ते आठवणंच कठीण; पण एक नक्की, सुरुवातीला मला ते सकाळी आठवलंदेखील नव्हतं! त्याला महत्त्वच नाही, तर...?

काही नाही. एक छोटंसं घर. माती-विटांचं. दुमजली. वर झावळ्यांचं छप्पर. घराच्या चारही बाजूंना गर्द नारळाची,

फणसाची, सुपारीची, केळींची झाडी. अगदी दाट. मागच्या बाजूला एक मोठी विहीर. त्या विहिरीवर पाणी काढण्याकरता रहाट-गाडगं! ते फिरवण्याकरिता बैल जुंपण्याचा जू.

जरासं एका बाजूला.....उंचवट्यावर असलेलं ते घर. भोवती मालकीची हद्द दाखविण्याकरिता बांधलेलं काटक्यांचं कुंपण. कुंपणाच्या मधोमध, दर्शनी भागी काटक्यांचं आडवं फाटक.

मी तो छोटासा चढ चढून कुंपणापाशी येतो. क्षणभर थबकतो. फाटक ढकलून आत शिरतो.

एक प्रकारचं निराळंच वातावरण! त्याला काय नाव देता येईल ते नाही सांगता येणार, पण फाटकातून आत शिरल्यावर वातावरणातला तो बदल हमखास मला जाणवतो. उगाचच मी गंभीर होतो. जगाशी संपर्क संपला, अशी जाणीव मनाच्या कप्प्यात कुठेतरी खदखदते. तीही उगाचच.

फाटकातून आत शिरून पायवाटेनं मी घरापर्यंत जातो. संथपणे पायऱ्या चढून ओसरीवर येतो. ओसरीवर दक्षिणोत्तर बांधलेला झोपाळा. वरच्या सागवानी लाकडात अडकवलेल्या, गंजलेल्या साखळ्या; पण त्याही मजबूत आहेत. तीन माणसं त्या झोपाळ्यावर सहज बसू शकतील. चांगलं जाऽड लाकूड आहे. काळंभोर.....सागवानी!

मला झोपाळ्यावर बसायला कधीही आवडत नाही. दुसरा जरी झोपाळ्यावर बसून झोके घेत असेल, तरी माझ्या पोटात कलमलतं! पण ह्या झोपाळ्याकडे पाहिल्यावर मात्र दोन मिनिटं त्यावर विसावल्याशिवाय माझं पाऊल पुढे पडत नाही.

मी झोपाळ्यावर बसतो. पायानं, पोपडे निघालेल्या जमिनीला रेटा देतो. करकरत, भयाऽण आवाज करत झोपाळा मोठ्या डौलानं पुढे-मागे होतो!

पुरे!

ओसरीवरून घराच्या दरवाजापाशी जाऊन मी दरवाजाची मुठीची कडी सरकवतो.

कुऽ ईऽऽ....कुई ऽऽ...खट्ट!

अंगावर एक शहारा.

वारा पडलेला. झाडाचं पानदेखील स्तब्ध.

मी दार उघडतो.

ओलसर...कुबट वास घेऊन वाऱ्याची एक झुळूक आतून बाहेर येते!

शी....!

क्षणभर वाटतं, नको आत शिरायला! पण हे वाटेपर्यंत माझं पाऊल आत पडलेलं असतं.

ही बैठकीची खोली, ओसरीकडचं दार, दक्षिणेकडल्या दोन खिडक्या अन् माजघराकडचं दार. मी दोन्ही खिडक्या उघडतो, त्या उघडताना वर उचलून ढकलाव्या लागतात. पावसानं खिडक्यांची लाकडं फुगलीयत, पण खिडक्या उघडूनही फारसा प्रकाश आत येतच नाही.

कसा येणार?

भर दिवसादेखील गर्द झाडांनी प्रकाश अडवला, तर संधिप्रकाशात त्या खिडक्यांतून काय प्रकाश येणार?.....डोंबल!

दोन-तीन पाखरं फडफडत बाहेर उडतात.

माझी पावलं आपोआप उजव्या हाताला असलेल्या खोलीकडे वळतात. त्या खोलीला दार नाही. बरं झालं, जिवाचा थरकाप उडवणारी 'कुई-कुई' नाही.

हे स्वयंपाकघर. रुंदी कमी. लांबी जास्त. दूऽरवर पूर्वेच्या टोकाला भिंतीजवळ एक ओटा. त्यावर पडझड झालेल्या चार चुली. म्हणून हे स्वयंपाकघर! मागे खिडकी.

नुसता आत डोकावून मी पुन्हा बैठकीच्या खोलीत येतो. पूर्वेकडचं माजघराचं दार उघडतो.

पुन्हा कुईऽऽ..... कुई ऽऽ....खट्ट!

कुबट वास गडद होतो. अंधाराला सीमा नाही. पण मी मात्र सराइतासारखा चालत असतो.

डाव्या हाताची बाळंतिणीची खोली जेमतेम एक खाटलं मावेल तिच्यात. खिडकीचं काम एक वरचा झरोका करतो.

मी आणखी पुढे जाऊन मागचा दरवाजा उघडतो.

कुऽ ई....करूर्र्र....खट्ट!

दार उघडलं जातं. वातावरण निर्लज्ज. त्याच्यावर कसलाही परिणाम होत नाही.

ही पडवी थेट ओसरीच्या मापाची. फक्त झोपाळा नाही.

पडवीच्या पायऱ्या उतरून मी अंगणातल्या मोकळ्या जागेत उभा राहतो. नारळी, पोफळी, फणसांच्या झाडीवरनं प्रेमळपणे एक नजर फिरवतो. जणू कित्येक वर्षे त्यांच्याशी, त्यांच्याशीच काय, वास्तूशीच संबंध निगडित असल्यासारखे वाटतात.

झाडीमधील पायवाट तुडवत मी विहिरीपाशी येतो.

निश्चल पाणी. त्यावर दाऽट हिरवंगाऽर शेवाळं! कित्येक वर्षांत पाण्याला उपसाच नसावा! मी विहिरीत डोकावतो.

इतका वेळ शांत असलेलं माझं मन गलबलून येतं. का कुणास ठाऊक, या शेवाळ्यात स्वत:च्या रक्ताचा अंश असल्याचा मला भास होतो.

या शेवाळ्यानं माझं कुटुंब गिळलंय्!

किती भयानक विचार!

डबडलेल्या डोळ्यांतून एक थेंब विहिरीतल्या शेवाळ्यावर पडतो. शेवाळं वळवळतं. दुसरा थेंब पडण्याची मी वाटच पाहत नाही!

रडवेल्या चेहऱ्याने मी नारळाच्या बुंध्याला टेकून बसतो. मिटलेल्या डोळ्यांतून अश्रुधारा अविरत बरसत असतात!

गेल्या दहा वर्षांत मला हे....अन् फक्त हेच स्वप्न नियमितपणे पडतंय!

तसा स्वप्नावर विश्वास ठेवण्याइतका बुरसटलेल्या मनोवृत्तीचा मी नाही; पण शेवटी मीही मनुष्यच आहे ना?

एकदा काही वाटणार नाही. दोनदा वाटणार नाही, हेच स्वप्न निदान दहाव्यांदा पडल्यावर तरी मन विचार करायला लागेल की नाही?

मी तर गेली दहा वर्षे हेच स्वप्न पाहतोय!

हे घर कुठलं?....कोणत्या गावातलं?.....त्या घराशी माझा काय संबंध?....

मला काहीच माहीत नाही.

म्हणूनच मी अस्वस्थ होतो आणि आता तर हे स्वप्न मला दर एक-दोन दिवसांआड पडायला लागलंय! पूर्वी कधीतरी सटी-सहामाही पडायचं. नंतर दोन-तीन महिन्यांनी पडायला लागलं. त्यानंतर ते जास्तच धीट झालं. महिन्यातून दोन तीनदा पडायला लागलं.

हळूहळू दोन स्वप्नांमधलं अंतर कमीकमी होत गेलं. कदाचित आणखी काही दिवसांनी ते रोज पडायला लागेल आणि नंतर.....

रात्रीतून दोनदा....तीनदासुद्धा!!

हे असं का व्हावं?

पुष्कळदा वाटतं, हिला विचारावं; पण आत्तापर्यंत मी ते टाळत आलो आहे. तिचा स्वप्नांवर विश्वास बसतो. त्यातून ती काहीतरी अर्थ काढते. मग त्यावर विचार करत बसते.

हळवी आहे ती. या वयात असलं स्वप्न तिला झेपायचंच नाही!

दहा वर्षे आपल्या नवऱ्याला हे स्वप्न पडतंय, हे तिला आजपर्यंत मी कळू दिलं नाहीये.

पण माझ्या वागण्यात काहीतरी बदल घडलेला असावा. ती खोदून-खोदून मला विचारत असते— तुम्हाला बरं नाही का? तुम्ही असे अबोल का? सतत कसला विचार करता?

काय सांगू तिला? कशाच्या आधारावर?

सांगण्यासारखं काही नाहीच तर....!

तसा मी काही कोणी फार मोठा ऑफिसर वगैरे नाहीये; पण एका ठिकाणी मनुष्य नोकरी करत राहिला की, त्याला आपोआप सिनीऑरिटी येते.

वैदर्भी प्रकाशनचा मी सर्वांत पहिला नोकर आहे. अक्षरशः सीताबर्डीतून कागदाची रिमं आणून टाकण्यापासून कामं केलीत मी; पण त्याचं फळही मला चांगलं मिळालंय.

उगीच मालकाला शिव्या घालण्यात काय अर्थ आहे? चौगुले माझ्यावर अजूनही जिवापाड प्रेम करतात. मला काही कमी पडू दिलं नाहीये त्यांनी आजवर. पूर्वी उमेदीच्या वयात जशी कामं व्हायची, तशी आता नाही होत; पण चौगुले मालक असूनही कधी बोलले नाहीयेत. उलट, आज प्रकाशनाच्या

सर्व व्यवस्थापनाची जबाबदारी माझ्यावर आहे.

पगार किती मिळतो हा प्रश्न अलाहिदा! पण वैदर्भी प्रकाशनाचा व्यवस्थापक म्हणून आज मला सबंध नागपुरात प्रेस्टीज आहे. प्रकाशनव्यवसायात माझ्या शब्दाला किंमत आहे आणि ती येण्याकरता मी माझ्या आयुष्याची चौतीस वर्षं वेचलीयत. एक्कावन्नावं चालू आहे आता मला!

वैदर्भी प्रकाशन म्हणजेच मी—अनंत कृष्णाजी देशपांडे. हे समीकरणच झालंय. ज्या दिवशी मी निवृत्त होईन, त्या दिवशी वैदर्भीचं एक भरभराटीचं पर्व संपणार आहे! चौगुलेही हे ओळखून आहेत.

म्हणूनच, पुण्याचं काम त्यांनी माझ्यावर सोपवल्यावर मला आश्चर्य वाटलं नाही.

पुण्याच्या 'साहित्य गंगे' कडे जायचं. साहित्य गंगेचा संचालक कोणी गोविंदराव खरे नावाचा मनुष्य आहे. त्यांना भेटायचं. नव्या कादंबरीच्या डिस्ट्रिब्युशनसंबंधी त्यांच्याशी बोलणी करायची.

संपलं. दुसऱ्या दिवशी नागपूरला परत.

पुण्यातला दिवस फार मजेत गेला. विशेषतः खरे बोलघेवडा मनुष्य. प्रथमदर्शनीच आवडला मला. तो बोलण्यात मनमोकळा, तसा खाण्यातही! तीनदा त्यांना भेटलो मी. तिन्ही वेळा एस.पी. कॉलेजसमोरच्या 'उदय विहार' मध्ये मीटिंग. बोललोही खूप.....खाल्लंही खूप! ह्या माणसाचं मला सर्वांत काय आवडलं असेल तर, पठ्ठ्या स्वतःच्या पैशांनी खातो!

माझ्या माहितीप्रमाणे पुण्यात 'स्वतःच्या पैशांनी' खाणारा आणि दुसऱ्याला खाऊ घालणारा मनुष्य विरळा!

मनाजोगं काम झालं. अजिबात खळखळ नाही. वाटलंही नव्हतं, इतक्या सहज रीतीनं बोलणी झाली.

रात्री हॉटेल एलोराला परत आलो. एक पेग पोटात ढोसून, मस्त जेवण करून ताणून देण्याचा विचार होता. उद्या नागपूर एक्सप्रेस गाठायची होती.

पण नागपूर एक्सप्रेस सोडून सगळं काही जमलं.

हॉटेल एलोराला गेलो, तर मॅनेजरनं मला हक्क दिली.

"मि.देशपांडे, तुम्हाला ट्रंककॉल होता."

“मला?” मी जरा आश्चर्यानंच विचारलं. थोडी भीतीही वाटली. गेल्या महिन्यात हिला पहिला हार्टअ‍ॅटॅक आला होता.

“हो-”

“कोणाचा होता?” आवाजावर नियंत्रण ठेवत मी विचारलं.

“नागपूरहून मि. चौगुल्यांनी केला होता!”

खरंचच माझ्या पायाखालची जमीन सरकली. मॅनेजरचं काऊन्टर गर्रकन फिरल्यासारखं वाटलं.

“मेसेज ठेवलाय्?”

“हो.” गंभीरपणे.....गंभीर म्हणण्यापेक्षा, मख्खपणे त्यानं माझ्यासमोर कागदाची घडी सारली.

थरथरत्या हातानं मी कागद घेतला. मला उचलतासुद्धा येत नव्हता तो. शेवटी त्यानंच उलगडून माझ्या हातात दिला.

श्री.ए.के., -

उद्याचं नागपूरचं येणं रद्द करून,

तसेच अलिबागला जाल काय?

तिथे छपाईचे दर फार कमी आहेत,

अश्शी माहिती समजली.

नीट सगळी चौकशी करा.

चार दिवस थांबावं लागलं, तरी हरकत नाही.

पैशाची गरज भासल्यास कळवा.

त्वरित व्यवस्था करतो.

— काका चौगुले.

चिठ्ठी वाचली आणि माझा जीव भांड्यात पडला! मला वाटलं होतं तसं काही नव्हतं. अलिबागला जाऊन तिथे कंपोज-प्रिंटिंगच्या रेट्सबद्दल चौकशी करायची होती. दॅट्स ऑल!

त्यात फक्त एकच वाईट होतं. मी अजून चार-पाच दिवस तरी नागपूरला जाऊ शकत नव्हतो; पण त्यात काही विशेष नव्हतं. काकांनी माझ्या घरी तसा निरोप टाकूनच ट्रंककॉल लावला असणार.

व्हिस्कीच्या किकमध्येच तुडुंब जेवण करून मी रूममध्ये गेलो. पलंगावर पाठ टेकली.

खरं म्हणजे, प्रवासानं शरीर आंबलं होतं. व्हिस्कीची धुंदी डोळ्यांवर होती. झोप लागायला काहीच हरकत नव्हती, पण नाहीच लागली.

म्हणजे लागली; नाही असं नाही! पण ज्याला 'साउन्ड स्लीप' म्हणता येईल, अशी नाही लागली.

एकच कारण!

'ते' स्वप्न रात्रीत मला चार वेळा पडलं होतं! आणि...आणि....

पहिल्यांदाच मला तो फरक जाणवला! ती जाणीव खरी असेल तर– (अन् ती खरी होती!)

मी 'त्या' घराच्या बराच जवळ आलो होतो!

नागपूरला असताना, 'ते' घर आणि नागपूर यांत फार अंतर आहे असं वाटायचं. अर्थात, मला हे तेव्हा, नागपुरात तसं जाणवलं नव्हतं! पुण्याला मात्र वाटलं, आपण 'त्या' घराच्या, त्या गावाच्या....त्या अनोळखी वातावरणाच्या जवळ आलोत. फार जवळ.....! फार जवळ.....!!

तो अगदीच तरुण होता. हातचं राखून ठेवण्याची कोकणस्थी पध्दत सोडली, तर त्याची एकंदर वागणूक फार चांगली होती. पहिल्याच भेटीत त्यानं मला वडिलांच्या जागी मानून टाकलं होतं. तोच माझ्या बरोबर सगळीकडे हिंडला होता. त्याने दोन दिवस माझ्याबरोबर घालवून मला अलिबाग, पनवेल दोन्ही ठिकाणचे प्रेस दाखवले होते. कष्टाळू होतं पोरगं! जर प्रिंटिंगचं इथलं जमलं तर चौगुल्यांना सांगून त्या तरूणावर इथलं पाहण्याची जबाबदारी टाकायला काहीच हरकत नव्हती.

श्रीकांत फाटक नाव त्याचं. अलिबागला कुठल्याशा शाळेत शिक्षक होता तो.

दोन दिवस हिंडून, सगळ्या प्रेसचे रेट्स पाहून मी लॉजवरच्या खोलीत त्यांनी तुलना करत बसलो होतो.

नागपूरच्या मानानं आणि पुण्याच्या मानानं इथले रेट्स खरोखरच कन्सिडरेबल होते. त्यातल्या त्यात कोकण प्रिंटिंग प्रेसला काम द्यायला

काहीच हरकत नव्हती.

संध्याकाळी त्याची शाळा सुटल्यावर तो लॉजवर आला. आता मला तसा गप्पा मारायला भरपूर वेळ होता. उद्या दुपारच्या पूना गाडीचं रिझर्वेशन केलेलं होतं.

"दादासाहेब...."

"ये रे, दार उघडं आहे."

दार उघडून तो आत आला. त्याच्या हातात आठव्या-नवव्या इयत्तेची सायन्सची पुस्तकं होती. डावा हात खडूच्या पांढऱ्या रंगानं पांढराफटक दिसत होता.

"तू डावखुरा आहेस श्री?" त्याच्या डाव्या हाताकडे पाहत मी विचारलं.

"हो. ही काय निशाणी!" हसून डावा हात पुढे करत त्यानं कबूल केलं.

"उद्या जावं म्हणतो."

"हं." अचानक गंभीर होत तो हुंकारला. त्याच्या मनात काय होतं ते त्यालाच माहीत; पण मी जाणार ह्याचं त्याला वाईट वाटलं असावं.

"श्री-" बऱ्याच वेळानं मी त्याला विचारलं, "मी सांगतो त्या पद्धतीचं घर तुझ्या पाहण्यात आहे?"

"कसं?"

"घराभोवती काटक्यांचं कुंपण. कुंपणाच्यामध्ये काटक्यांचाच एक नाजूक दरवाजा. घर थोडंसं उंचवट्यावर. चारही बाजूंना झाडी. ओसरीवर झोपाळा आणि...."

"दादासाहेब, ह्या प्रकारची कित्येक घरं तुम्हाला ह्या बाजूला सहज सापडतील." मधेच माझं वर्णन तोडत तो म्हणाला.

खरं म्हणजे मला आता 'त्या' घराबद्दल आपुलकी वाटत होती. त्या घराचं वर्णन न ऐकता श्रीनं मधेच मला गप्प करावं, हे मला आवडलं नव्हतं.

"दादासाहेब, मला कळत नाही. तुम्ही मला हे वर्णन आल्यापासून चौथ्यांदा ऐकवताय!....काय विशेष आहे त्या घरात?" त्यानं विचारलं.

त्याचा आवाज किंचित थरथरल्यासारखा वाटला मला.

तो काहीतरी लपवत होता माझ्यापासून!

का?

मलाही थोडं ओशाळल्यासारखं झालं. मी चार वेळा त्याला त्या घराचं वर्णन ऐकवलं होतं! तो कसा पुन्हा ऐकणार?

''श्री, तुला हे घर माहितीय!'' मी सरळ-सरळ त्याच्यावर आरोपच केला, तसा तो जरा बावचळला. पण क्षणभरच. नंतर त्याचा चेहरा कोरा झाला.

पण मी तसा बधणार नव्हतो! माझी आता पूर्ण खात्री पटली होती. 'ते' घर ह्या भागातच कुठेतरी होतं. पुण्याहून मी निघालो तेव्हाही एस.टी.त मला कितीतरी वेळा जाणवलं होतं, की आपण त्या घराच्या जवळजवळ येत आहोत.

अलिबागला उतरताच तर माझी अगदी खात्री पटली होती. मी कामाकरता हिंडत होतो, क्षणभर जरी डोळे मिटले, तरी ते घर डोळ्यांसमोर दिसत होतं!

इतक्या जवळ आल्यानंतर मी त्या घराला भेट दिल्याशिवाय परत जाणार होतो?

छट! उद्याचं जाणं कॅन्सल झालं तरी चालेल!

''श्री, हे घर तुला माहितीय?'' तो काही बोलत नाहीसं पाहून मी पुन्हा म्हणालो अन त्यानं खाडकन् मान वर केली.

''हो!..........माहितीय!!''

मी चमकून त्याच्याकडे पाहिलं. चष्म्याआड त्याचे डोळे डबडबले होते.

''दादासाहेब, तुमची अन् माझी फारशी ओळख नाही; पण मी तुम्हाला वडिलांच्या जागी मानलंय, तुम्हाला एकच सांगतो, उद्या इथून निघून जा... पुन्हा अलिबागला यायचे विचारही मनात आणू नका!'' त्याला हे सांगताना वाईट होतं. पण तो मनापासून बोलत होता.

''का?''

''दादासाहेब, तुम्ही म्हणता ते घर अस्तित्वात आहे. आजपर्यंत त्या घरानं कित्येकांचे संसार उद्ध्वस्त केलेत! शापित वास्तू आहे ती!!''

"कोण मालक आहे त्या घराचा?"

"श्रीकांत दत्तात्रय फाटक!" एकेका शब्दावर जोर देत तो म्हणाला अन् मी त्याच्याकडे पाहतच राहिलो.

हा योगायोग का जुळून आला?...चांगला का वाईट?

"तू?"

"हो, मी! पण मालकी हक्कसुद्धा सांगत नाही आम्ही त्याच्यावर!"

"का?"

"निदान फाटकघराण्याचा एकुलता एक मनुष्य जगावा अशी माझी इच्छा आहे!"

मी बराच वेळ विचार करत होतो. तो चांगल्याकरताच सांगत होता. नाहीतर आढेवेढे घेण्याची त्याला गरजच नव्हती.

"तिथे सध्या कोण राहतं?"

"कोणी नाही!"

"शापित वास्तू म्हणजे काय होतं, तिथे राहिलं तर?" माझी तर घराबद्दलची उत्सुकता उलट आणखीनच वाढली होती.

"एक-एक मनुष्य झिजून मरतो! कसलंतरी सावट आहे त्या घरावर!"

सावट? मी फक्त हसलो. असल्या गोष्टीवर विश्वास बसण्याइतका मी श्रद्धावान नव्हतो.

"हे घर कुठाय?"

"मला माहिती होतंच—तुम्ही ऐकणार नाही!" कळवळून तो म्हणाला, "कृपा करून...."

"श्री, हे घर कुठाय्?"

"चौलला! अलिबागपासून दहा मैलांवर. तुम्हाला जायचंय् ना? जा-" धारदार आवाजात तो म्हणाला. पण त्याचा चेहरा मात्र रडवेला झाला होता.

"तू नाही येणार श्री?"

"नाही! आणि तुम्हीही जाऊ नये अशी माझी इच्छा आहे!" तो म्हणाला आणि उठून चालू लागला. मीही त्याला अडवलं नाही. मला हवं होतं ते मिळालं होतं!

चौल?.....'त्या' घरापासून अवघा दहा मैलांवर होतो मी!

तसा कसा परत जाऊ? दहा वर्षांची मैत्री....फक्त दहा मैल अंतर? मला एकदा तरी जायलाच हवं! फारतर थांबायचं नाही, आतही शिरायचं नाही. नुसतं लांबून पाह्यला काय हरकत आहे?

नकळत मी उठून कपडे घालायला लागलो होतो.

निघायचं!....आत्ता!

'आत्ता' म्हटलं तरी मला दहा-पन्नासची शेवटची रेवदंडा एस.टी.च मिळाली!

एस.टी.सुटली तेव्हा रात्रीचे अकरा वाटले होते. हवेतला ओलसर गारवा अंगाला झोंबत होता. सीट गार पडलं होतं. खिडक्यांच्या काठावर कोपरे टेकवत नव्हते.

श्री इतका कळवळून सांगत होता....परतावं का? ... मोह टाळावा?

"एक चौल."

मोह टाळण्याचा प्रश्नच नव्हता. चौलचं तिकीट घेऊन बसलो होतो मी.

"चौल" एवढंच माहिती होतं. गाव लांबट का त्रिकोणी तेही मला माहीत, नव्हतं आणि 'ते' घर कुठे आहे तेही माहीत नव्हतं.

पण चुकणार नव्हतो नक्की! नागपूरला असताना तर सगळंच अज्ञान होतं. तरी मी चौलपर्यंत आलो होतोच ना? मग आता काय चुकतोय?

"अक्षी फाटाऽ...अक्षी....आहे का कोणी?" कंडक्टर विचारत होता, तेव्हाच मला झोप लागत होती.

आणि गंमत म्हणते अलिबागला असताना सतत डोळ्यांसमोर दिसणारं ते घर आता अजिबात दिसत नव्हतं! तिकडे चाललोच होतो. आता काही काळजी नव्हती.

ते कसं झालं ते मला खरंच माहीत नाही; पण त्या आधीचे वरंडे फाटा.....पिराची गल्ली...तुडालदेवी....हे सगळे स्टॉप्स चौलचे होते म्हणे!

मला मात्र जाग आली ती चौल नाक्याच्या स्टॉपला. जाग आली म्हणजे काय, कोणीतरी गदागदा हलवून उठवल्यासारखा जागा झालो मी!

"कोणता स्टॉप आहे हो?" खिडकीतून बाहेर पाहत ओळखी

घेण्याचा निष्फळ प्रयत्न करत मी विचारलं.

''चौला नाका.''

मनात कसलीतरी जाणीव झाली. आपल्याला इथेच उतरायचंय. उठलो आणि एस.टी.तून खाली उतरलो.

एका बाजूनं एस.टी.आली होती. नाक्याच्या वळणावर वळून निघून गेली होती.

दोन्ही बाजूंना फक्त गडद अंधार!...उंच-उंच झाडं... मधेच जाणवणारी घरांची कौलं.

आणि मी!

अंधाराला नजर सरावेपर्यंत मी रेवदंड्याच्या समुद्राकडून येणारं वारं अंगावर घेत तसाच उभा होतो.

जरा वेळाने मला तो रस्ता दिसला. पायवाटच होती. Y अक्षर माहितीय इंग्रजी; तसं सुरुवातीचं टोक-तिथे अलिबाग, खालचं टोक-तिथं रेवदंडा आणि जिथे Y ची टोकं मध्ये मिळतात, तिथे चौल नाक्याचा स्टॉप. वरचा दुसरा रस्ता!

चांगलाच परिचित वाटला मला तो! खरं म्हणजे आयुष्यात पहिल्यांदाच मी 'चौल' हे नाव ऐकत होतो. नागपूरचा काय संबंध येतो 'चौल'शी? अलिबाग ऐकून माहीत होतं!

पण तरीही तो कच्चा रस्ता माझ्या परिचयाचा होता! जणू मी चौलचाच गावकरी होतो. कोणाला काही विचारण्याची गरजच भासली नाही मला आणि भासली असती तरी कोणी नव्हतंच.

कच्च्या रस्त्यानं मी ठेचकाळत चालत राहिलो. किती चालावं लागणार ते माहीत नव्हतं, पण मनात कुठे तरी जाणवत होतं — रस्ता हाच आहे! 'ते' घर जवळ येत असल्याची जाणीवही प्रखर होत चालली होती.

अन् अचानक माझी पावले थबकली.

डाव्या हाताच्या चढावर 'ते' घर उभं होतं. तेव्हा काय वाटलं ते सांगता नाही यायचं. काळजाचा एक ठोका चुकला असावा. तसंच मागे वळून पळत सुटावंसंही वाटलं असावं.

पण माझी पावलं चढ चढत होती!!

कुंपणापाशी आलो. क्षणभर थबकलो. फाटक ढकलून आत शिरलो.

एक प्रकारचं निराळं वातावरण! त्याला काय नाव देता येईल ते अजूनही सांगता येणार नाही, पण फाटकातून आत शिरल्यावर वातावरणातला तो बदल मला 'नेहमीप्रमाणे' हमखास जाणवला! जगाशी संपर्क संपल्याची निराकार जाणीव मनाच्या कप्प्यात कुठेतरी खदखदली!

मी हद्दीत शिरलो होतो! परत बाहेर येता येईलच, असं सांगता येत नव्हतं. तरीही माझी पावलं ओसरीच्या दिशेनं पडत होती!

कदाचित थांबणं माझ्या हातात नसावंच!

त्यावर विचार करायचा नाही असं ठरवूनही मी सकाळी उठल्यापासून त्याबद्दलच विचार करत होतो.

पुण्यातलं 'हॉटेल एलोरा' खरोखरच शांत आणि सुंदर हॉटेल आहे. नागपूर-पुणे प्रवासानं शरीर आंबल्यावर मला खरी मस्त झोप लागायला हवी होती.

पण ते स्वप्न काल रात्री फारच धीट झालं होतं. मला 'त्या' घराचं ठिकाणदेखील माहीत झालं होतं!

अलिबाग....चौल....श्रीकांत फाटक....

खरं असेल का हे?

कळेल! 'साहित्य गंगे'च्या खऱ्यांना अजून मी पाहिलेलं नव्हतं. स्वप्नात ते दिसले होते, तसेच असतील तर....?

'रमा प्रासाद'चा गोल लोखंडी जिना चढून मी 'साहित्य गंगे'च्या छोट्याशा खोलीत गेलो, तेव्हाच मला पहिला धक्का बसला होता.

मी खऱ्यांना स्वप्नात पाहिलं होतं!!

आणि दुसरा धक्का बसला तो....

बोलणी करायला आम्ही एस.पी कॉलेज समोरच्या 'उदय विहार' मधेच बसलो होतो!!!

संध्याकाळी 'हॉटेल एलोरा'ला गेलो, तेव्हा डिस्ट्रिब्युशनसंबंधी सर्व बोलणी अगदी मनासारखी झाली होती. तरीही मनावर एक उदास मरगळ

होती.

मॅनेजर जवळ येताच मी थबकलो.

"येस्?"

मॅनेजर, माझा ट्रंककॉल वगैरे काही आला होता?

"तुम्ही मि.देशपांडे?"

"हं-"

काही न बोलता त्यानं लिहून ठेवलेला मेसेजचा कागद माझ्या समोर धरला.

आत काय असणार ते मला माहीत होतं! घडतंय ते चांगलं नाही हे मला कळत होतं, पण....

ते थांबवणं माझ्या हातात नव्हतं.

श्रीकांत दत्तात्रय फाटक मला भेटणार होता-!

OOO

७

'कातळ' पॉइन्ट

आगगाडीचा वेग थोडा मंदावला, तशी त्याची डुलकी मोडली. पेंगुळल्या डोळ्यांनी त्यानं काचेच्या तावदानाला नाक लावलं.

बाहेर काळामिच्च अंधार. काचेवर ओघळणारं पावसाचं पाणी.

काचेचा मृत गारवा नाकाचा शेंडा बधिर करून गेला, तसं शहारत त्यानं आपलं नाक सोडवून घेतलं. हाताच्या तळव्यानं चोळून त्याचा बधिरपणा घालवला.

छे! हा पावसाळी गारठा!

थंडीनं कुडकुडल्यासारखं करीत त्यानं एकदा डब्याच्या अंतर्भागावरून नजर फिरवली.

रिटायरमेन्टनंतरही पस्तीस-चाळीस वर्षं जगत राहिलेल्या निरुद्योगी, निरुपयोगी म्हाताऱ्याइतकीच किंमत असलेली जुनाट पॅसेंजर ती! मेल/एक्सप्रेस, अन् सुपरफास्टच्या वेगवान जमान्यात केव्हाही दुर्लक्षितच राहणार की! जिथून ती सुटते त्या गावाला व्यापारी वा राजकीय महत्त्व नाही आणि जिथे पोचते त्या गावाची आयडेन्टिटी धुळकटलेली!

प्रवासी असे असणार तरी कितीसे? ऐन सीझनमध्येही गाडीत बऱ्यापैकी चॉइसनं जागा मिळू शकते. ऑफ सीझनला

तर ती तोट्यातच चालत असणार! खरं-तर अशी ट्रेन सरकार बंद का करून टाकत नाही, ते सरकारच जाणे! किंवा मेल अन् एक्स्प्रेस ट्रेन्स वेगात जातात म्हणजे कोणापेक्षा वेगात, या तुलनेकरताच ही पॅसेंजर चालू ठेवलेली असणार!

काय तिचं दिसणं....काय तिचा वेग...

दहा वर्षं वापरल्या गेलेल्या सामान्य मोपेडचा आवाज फटफटीसारखा मोठा असावा, पण सायकलनंही तिला नकळत सहजपणे पास करून जावं, तसा वेग या पॅसेंजरचा! डुगडुग-डुगडुग अन् धाड्धाड्-धाड्धाड् मात्र पाहून घ्यावी!

लोक गमतीनं म्हणायचे,'पहिल्या-दुसऱ्या डब्यातला पॅसेंजर खाली उतरला तर आरामात लघवी करून गाडीचे शेवटचे डबे पकडू शकेल!'

आणि डबे कितीही जुने असले, इंजिन अगदी भकभक कोळशाचंच असलं, तरी शेवटी यंत्रच ना ते? बारा डब्यांची रिकामी गाडी त्याला ओढता येत नसेल तर बसलाच जोडा की ते!

जऽरा चढण आली की वेग घ्यायचा. तो कमी पडला की आलेच डबे रिव्हर्समध्ये!

आणखी मागे जायचं आणि जास्त वेग घ्यायचा!

काऽय च्यायला! प्रवाशांना खाली उतरायला सांगून धक्का मारायला लावत नाहीत, हेच प्रवाशांचं नशीब!

दीर्घ सुस्कारत त्यानं अगदी जवळच्या प्रवाशाकडे पाहिलं.

अगदी जवळचा म्हणजेही तो थेट विरुद्ध खिडकीतलाच होता!

प्रवासी होतेच किती असे डब्यात?

ऐंशी प्रवाशांना बसून प्रवास करता येण्याची रेल्वेनं खात्री दिली होती. एका दारात गर्दी होऊ नये म्हणून डब्याला तीन-तीन दारं आणि संपूर्ण डब्यात एकूण प्रवासी मात्र दहा!

एक इथे बसलाय, एक बाकडे अडवून झोपलाय, एक-दोघांनी बर्थ पकडलेत, एक कातकरी जोडपं एवढी मोकळी बाकडी असूनही दारापाशी बेसिनखाली बसल्याबसल्या अवघडून पेंगतंय. बास!

प्रवाशानं एकदा आपल्या सामानावरून नजर टाकली. तेही अर्थात फारसं नव्हतं. एक पत्र्याची ट्रंक आणि गळ्यात अडकवायची खादीची शबनम. पैकी परतीच्या प्रवासात तर ही ट्रंकही असणार नव्हती. शबनमच काय ती खरी.

त्याच्या गरजा तशा माफक असाव्यात. आताही त्याच्या शरीरावर जे कपडे होते, ते अगदी साधे होते. खादी सिल्कची पॅन्ट, खादीचा झब्बा, खादीचं जाकीट, पायात कोल्हापुरी वहाणा.

पॅसेंजरमध्ये प्रवासीच नव्हते म्हणून, नाहीतर आजच्या काळात तो जुनाटच उठून दिसला असता!

गाडीचा वेग मुळातच कमी होता, तो आणखी थोडा मंदावला. हळूहळू मंदावत राहिला. तसा जो जागचा उठला. 'आलं वाटतं!' असं पुटपुटत वरची ट्रंक काढून घेतली. शबनम गळ्यात अडकवली. ट्रंक उचलून तो डब्याच्या दाराशी आला. थंडी-पावसासाठी ते लावून घेतलं होतं. त्यानं ते उघडलं.

पावसाळी वाऱ्याचा एक झोत, शत्रुसैन्याने काबीज किल्ल्यात घुसावं, तसा आत आला. क्षणार्धात त्याचे कपडे पावसाच्या तुषारांनी ओलावले. चेहरा आणि केसांवरही शिडकावा झाला. त्याचं अवघं शरीर गारव्यानं झपाटलं.

पण वातावरणातल्या या बदलाची त्याला पर्वा नव्हती. दाराला ट्रंक लावून तो उघड्या दारात भक्कमपणे उभा राहिला. बाहेर डोकावून पाहू लागला.

गाडीचा वेग मंदावणं साहजिक होतं. ती रिव्हर्स घेत नव्हती, हेच नशीब! कारण आता ती घाटाची वळणं पार करीत समुद्रसपाटीपासूनच खूपच उंचावर आली होती. समोरची विस्तीर्ण दरी काळ्याकुट्ट अंधारानं व्यापून टाकली होती. बाहेर पावसाच्या जोडीला धुकंही आहे, हे डब्यात येणाऱ्या लोटांमुळे कळत होतं. त्यातच इंजिनच्या दगडी कोळशाच्या धुराची भर पडत होती.

अचानकपणे कर्कश शिट्टी मारत गाडी भकाभका एका बोगद्यात शिरली. त्याबरोबर त्याच्या चेहऱ्यावर मंदपणे हट्टी हास्य तरळलं. डोळे झपाटलेल्या माणसासारखे ट्रान्समध्ये गेले. त्यानं मान तिरपी करून डब्याच्या

अंतर्भागात नजर टाकली....

* * *

गर्दी म्हणजे ही ऽ गर्दी! थेट दरवाजापर्यंत माणसंच माणसं!

पायरीवर बसलेली माणसं....दांडीला धरून लटकणारी माणसं..दाटीवाटीने बसलेली माणसं.....पॅसेजमध्ये उभी माणसं...

पण आवाज नाही कुठे! गडबड नाही का गोंधळ नाही! सगळे कसल्याशा तयारीत. लक्ष सगळं त्याच्यावर एकवटलेलं.

त्यानं बाहेर पाहिलं.

त्यांचा डबा बोगद्यातून बाहेर येत होता. दिसत नव्हतं; पण पावसाच्या मार्‍याने आणि मोकळ्या वार्‍याने ते जाणवत होतं.

गाडीचा वेग आणखी कमी झाला. कमी म्हणजे काय, जवळजवळ थांबल्यासारखाच!

''आलं....!''

तो घोगर्‍या आवाजात पुटपुटला.

पायर्‍यांवर बसलेले.....लटकणारे....एक-एक शांतपणे खाली उतरू लागले.

जागा मिळताच तोही ट्रंकेसह खाली उतरला.

लोक उतरत राहण्याची ही क्रिया पाव मैल चालत राहिली!

मग गाडीने पुन्हा हळूहळू वेग घेतला. ती तिच्या नेहमीच्या गर्भवती गतीने पळायला लागली.

ती जागा म्हणजे घाटातल्या अत्यंत धोकेबाज वळणाचा पॉइन्ट होती!

आता रात्रीच्या अंधारात नाही; पण सकाळच्या उजेडात लक्षात येण्यासारखं होतं.

हे! जेमतेम चार फूट अंतरावर विशाल दरी पसरलेली होती!

आणि ही एकूण उतरवणूक ऐन अमावस्येच्या अंधारात या दरीच्या काठानेच झाली होती!

तो तशा अंधारात झपाझप चालत मागे येत राहिला. त्याला न् कोणालाच मागे चुकून दरीत पडण्याची भीती नव्हती. त्यासाठीच त्यांनी

रेल्वे ट्रॅक पकडला होता. एका मुंगीमागोमाग इतर मुंग्यांनी शिस्तीत चालत राहावं, तसे सगळे नि:शब्दपणे त्याच्या मागोमाग चालत होते.

"हं....!"

बास. एवढाच हुंकार.

त्याच्या मागची माणसं थांबली. त्यांच्या मागची माणसं थांबली.

तो ट्रॅकमधून बाहेर आला. दरीच्या दिशेनं चालू लागला.

बाकीच्यांनी त्याचं अनुकरण केलं.

इथे दरी थोडी मागे हटली होती. शंभर फूट व्यासाचा एक एकसंध कातळ 'खाली काय आहे?' म्हणून पुढे येत, थेट दरीत तरंगला होता.

सगळे या कातळावर जमले.

"सगळे आले?"

"हंऽ"कोरस घुमला.

"आपण इथं कशासाठी जमलो आहोत, याची प्रत्येकाला कल्पना आहे?"

"हंऽऽ!"

"कोणी मागे हटणार नाही. कच खाणार नाही."

"अंहंऽ!"

"ठीक आहे. आपण आता वाट पाहणार आहोत. वाटाड्या येईल. आपल्याला कॅम्पच्या ठिकाणी घेऊन जाईल."

कोणी काही म्हणालं नाही. तक्रार केली नाही.

वरून धबधबा पाऊस कोसळत राहिला.

दरीत कोसळणाऱ्या विविध पाण्यांचे खळखळाट. त्यांचं खडकांवर आपटणं. क्षणाक्षणाला लपाछपीचा खेळ खेळणारे धुक्यांचे लोट.

नि:शब्द, स्तब्ध माणसांचा समूह.

आणि त्याच वेळी....

कानठळ्या बसवणारा एक आवाज! त्यापाठोपाठ स्फोटक आवाजांचा मालिकाच!

क्षणार्धात मौन भंग पावलं. आरोळ्या-किंकाळ्यांनी वातावरण थरारलं.

त्यांचे धुमारे-प्रतिध्वनी दरीतून घुमले!

हेही सगळं काही क्षणच!

कातळाच्या थडाथड फुटत ठिकऱ्या-ठिकऱ्या उडल्या. त्यावरली माणसं फाटत.... तुटत.....उडत....दरीवर तरंगली. वेगात थडाथड आपटत, थेट पायथ्याच्या दिशेनं कोसळू लागली!

अवघी दोन-तीन मिनिटं....

यम-प्रलयाची...सर्वनाशाची....युगान्ताची!

मग सारं शांत झालं!

पाऊस त्याच्या गतीने कोसळत राहिला.

धुकं दाटत राहिलं.

दरीतला अंधार एकगठ्ठा माणसांचा नैवेद्य स्वाहा करून कातळाच्या ठिकऱ्या कुरवाळत राहिला.

"बॅऽस्टर्डस!"

दूरवर.....अंधारात एक विलायती आवाज त्वेषाने कुजबुजला.

"हं! कोणाशी टक्कर घ्यायला निघाले होते! ज्या देशात सूर्य कधी मावळत नाही, त्या देशाशी?"

"थँक यू, मिस्टर कॉमटे.....टुमणे लॉयल्टी दिखाया. ब्रिटिश गव्हर्नमेन्ट टुमको ऑलवेज फेथफुल कहेगा!"

असं म्हणत असतानाच त्या 'फेथफुलरावा' च्या हातात पिस्तुल आले. काय होतंय हे कळण्याच्या आत एक गोळी त्या 'कॉमटे'च्या छातीचा पिंजरा जाळत थेट हृदयात जाऊन रुतली!

"हं! इंडिया इज फुल ऑफ ट्रेटर्स! विथ द हेल्प ऑफ दीज स्काउन्ड्रल्स वुई रुल इंडिया फॉर एव्हर!"

असं तिरस्कारानं म्हणत त्यानं 'कॉमटे'च्या प्रेतावर लाथ मारून त्याला दरीत उडवलं.

तिथून जाण्यासाठी मागे वळत असताना त्या अधिकाऱ्याच्या डोक्यात एवढेच विचार होते —

एक बंड मी अक्कलहुशारीने सुरू होण्याआधीच मोडलं! आता

मला बढती मिळेल. कार....बंगला....नोकर-चाकर....

ते मात्र झालं नाही!

अंधारातून उगवल्यासारखा एक माणूस अचानकपणे त्याच्या दिशेनं मुसंडला. अधिकाऱ्याला घेऊनच त्यानं दरीत स्वत:ला झोकून दिलं!

* * *

पॅसेंजर आपल्या गतीनं चालली होती.

डब्यातल्या, पलीकडच्या खिडकीशी बसलेला प्रवासी या क्षणी टक्क जागा होता.

त्याचे डोळे सताड उघडे होते आणि ते डबाभर भिरभिरत होते. त्याचा चेहरा घामाने डबडबलेला होतो. तो प्रचंड म्हणजे प्रचंड घाबरलेला होता.

आता नाही. आता सगळं नॉर्मल होतं. पण....

पाच-सात मिनिटांपूर्वी आतासारखाच तो त्या कंपार्टमेन्टमध्ये एकटा असूनही त्याला डबा गर्दीनं खच्चून भरल्याचा भास होत होता! हात-पाय हलवता येत नव्हते. जऽरा हालचाल केली तर कोणाला तरी धक्का लागेल, अशी काहीतरी विचित्र कल्पना मनात ठामपणे निर्माण झाली होती!

हे—हे काहीतरी अजब होतं. अनाकलनीय होतं. हदयाचे ठोके बंद पाडणारं होतं!

डब्यात आता रिकामेपण आलं होतं. हवेतला कोंदटपणा कमी झाला होता. मेंदूत गर्दीचा एक कोलाहल माजला होता, तो एकदम शांत झाला होता.

खात्री करून घेण्यासाठी त्यानं थोडासा हात हालवला....पाय लांब केले.

मग तो ताडकन उठला. आपलं सामान उचलून दुसऱ्या कंपार्टमेंन्टमध्ये आला.

तिथे दोन माणसं बसली होती.

त्यांच्यातही कुजबुजत्या आवाजात त्याच विचित्र अनुभवाबाबत चर्चा चालली होती.

"तू—तुम्हाला.....तुम्हाला काही वेगळं जाणवलं का हो? म्हणजे बघा...."

"तुम्हालाही ते जाणवलंय तर!"

"हो! बाप रे! हॉरिबल!"

"म्हणजे तो भास नव्हता!"

"चला! पुढच्या स्टेशनला आपण डबाच बदलून टाकू!"

"चला!"

ते तिघं आपपल्या सामानासह दारापाशी आले, तेव्हा आणखी दोन-तीन प्रवासीही तिथे सामानासह येऊन पोचले होते!

* * *

इंजिनाच्या भट्टीत कोळसे झोकून कामुलकरनं हातातलं फावडं कोपऱ्यात फेकलं. मळकट टॉवेलला घाम पुसत तो ड्रायव्हरच्या दिशेनं वळला.

"पाहिलंस दरेकर?"

दरेकर विचारात हरवल्यासारखा, झगझगीत प्रकाशात मागे पळणारा ट्रॅक अन् त्यात कोसळणारा पाऊस एकटक पाहत होता.

त्यानं होकारार्थी मान डोलावली.

कामुलकरला आणखी उत्साह आला.

"तू स्वत:चं इंजिनिअर आहेस! आला ना अनुभव?"

"हो, आला खरा!" दरेकर शरणागती पत्करत म्हणाला,"साला, काय गौडबंगाल आहे कळत नाही! पण वेग कमी होत त्या 'कातळ पॉइन्ट'ला गाडी थांबली खरी! मी तर नेटानं वेग वाढवण्याचा प्रयत्न करत होतो!"

"जिथे गाडी थांबली ना, त्याच्या आधी अर्ध्या मैलावर तो कातळ होता म्हणे! जुनी माणसं सांगतात की, ब्रिटिशांविरुद्ध सशस्त्र उठाव करण्यासाठी एका तरुण कार्यकर्त्यानं माणसं गोळा केली. निधी जमवला, त्यातून शस्त्रास्त्रखरेदी केली. या लोकांना गनिमी कावा आणि शस्त्रांचा सराव शिकण्यासाठीच त्यानं या दरीतल्या कुठल्या गुप्त तळाचा शोध लावला होता. आता तिथे तो कातळ नाही. कारण या कातळावरच सगळे बंडखोर

एकत्र आले होते. वाटाड्याची वाट पाहत असतानाच एका ब्रिटिश अधिकाऱ्यानं तो कातळ सुरुंग पेरून उडवला!''

"तो हा — आजचा दिवस का?''

"होय. दर श्रावणातल्या अमावस्येला ही पॅसेंजर आपोआप 'कातळ पॉइन्ट' ला थांबतेच! इंजिनपासून सहाव्या डब्यात हे क्रांतिकारक होते. दर वेळी सहाव्या डब्यातल्या लोकांना वेगळं, विचित्र काहीतरी जाणवतं!''

"खरं....?''

"तुला खोटं वाटतं अजून? बघ, आता स्टेशनला गाडी थांबली की सहावा डबा पूर्ण रिकामा होईल! त्यातले प्रवासी नेहमीच दुसऱ्या डब्यात पळतात!''

दरेकरनं पटल्यासारखी मान डोलावली. मग तो खुदकन हसला.

"हे सगळं तू कोणाला सांगतोस कामुलकर, मला?'' कामुलकरकडे पाहत दरेकर म्हणाला, "तुला म्हणून सांगतो. त्या दिवशी मीच ती गाडी चालवत होतो! आजच्या दिवशी ड्युटीवरचा कोणताही ड्रायव्हर गाडी चालवत नाही! स्टेशन आलं की गाडी आपोआप थांबेल. तिथून दरेकर इंजिनचा ताबा घेईल!''

असं म्हणून 'दरेकर' अदृश्य झाला!

बेशुद्ध पडलेल्या कामुलकरला घेऊन पॅसेंजर ड्राव्हरशिवाय पळत राहिली!

OOO

८

संदेह

त्याचं नि माझं कित्येक वर्षांपूर्वी हे ठरलं होतं!

म्हणजे, त्याचं असं काही होणार आहे, याची चिन्हंही त्याच्या तब्येतीवर दिसत नव्हती, तेव्हाच!

तो माझ्याहून वयाने मोठा. बराच मोठा.

आमच्यात वीस वर्षांचं अंतर.

पण, कशी काय कोणास ठाऊक....आमची दोस्तीच पक्की!

एकदम फ्री. देखणा. उमदा.

विनोद सांगायला सुरुवात केली तर, विनोदाच्या कल्पनेनंच आधी खदखदून हसायला लागायचा. मग, मलाही हसू यायला लागायचं, नि विनोद सांगता यायचा नाही.

बाप माणूसच एकूण! एकदा सहज विषय निघाला. नेहमीचाच. मृत्यू!

त्याला न् मला — दोघांनाही या शब्दाचं जबरदस्त आकर्षणच! कदाचित स्वभावात इतर काहीही सुसंगती नसतानाही आमची दोस्ती होऊन, ती टिकण्यामागे मृत्यू हेच समान विचारसूत्र असावं!

मृत्यू म्हणजे एक्झॅक्टली काय?

मानसिक स्तरावर ती अवस्था कशी असेल?

मृत्यूनंतर माणसाचं खरं काय होतं?

आत्मा उरतो का? केल्या पाप-पुण्याची फळं भोगण्यासाठी तो स्वर्ग-नरकात जात असेल, का काही उरतच नसेल?

म्हणजे, माणसातलं फिजिक तेवढं सत्य, बाकी सब झूठ!

जागृतावस्थेत शरीर कार्यरत राहणं....

ते थांबलं, की अवशेषरहित असा फुलस्टॉप.

— हे जर खरं असेल, तर मी दानधर्म केला काय, नि लोकांना लुबाडलं काय......एकच की!

आपले पूर्वज मरणोत्तर फलाची लालूच किंवा भीती का दाखवायचे?

केवळ न्याय-अन्यायाची चीड राहून, समाजव्यवस्था टिकून राहावी, म्हणून?

आणि मरणोत्तर वा गतजन्माची फळं असतीलच, तर त्यांतलं एकच काहीतरी खरं असणार. 'मरणोत्तर' फळं भोगली, तर पुढच्या जन्मात पाटी पुन्हा कोरी पाहिजे; आणि पुढच्या जन्मातच फळं भोगावी लागणार असतील, तर मग ही 'मरणोत्तर' गॅप कशासाठी?

असले विषय गप्पांचे.

त्यामुळे आम्ही दोघंच एकमेकांना!

मला कोणी मित्र नाही, त्याला कोणी नाही.

'वहिदा रहमान' आणि 'मधुबाला' सोडून मृत्यू वगैरे भंपक विषयांवर चर्चा करण्यात कोण वेळ वाया घालवायला तयार होणार?

एकदा म्हणालो,

''च्यायला! मेल्याशिवाय स्वर्ग दिसत नाही, आणि दिसल्यावर तो कोणाला वर्णन करून सांगता येत नाही! हे वाईट. त्यामुळे कोणीच त्याबद्दल काही सांगू शकत नाही. ज्यांना आपणच अधिकारी पुरुष वगैरे ठरवतो, त्यांना मग काहीही काल्पनिक ठोकायची संधी मिळते अशानं!''

तो खदखदून हसायला लागला.

''हसतोस काय?'' मी वैतागून म्हणालो, ''मला खरंच एकदा दहा मिनिटांकरता तरी मृत्यू यायला पाहिजे! म्हणजे, मी जगाला छातीठोकपणे

ओरडून सांगेन...बेट्योऽऽऽ असं असं असतं मेल्यानंतर!''

तो गंभीर झाला. भरपूर विचार करून म्हणाला,

''एक करता येईल नानू!''

''काय?''

''आपल्या दोघांपैकी कोणीतरी — म्हणजे मीच बहुतेक — कारण मी तुझ्याहून खूपच मोठा आहे! तू अपघातात, किंवा निमित्ताने मेलास तरच, नाही तर मीच!''

''हो, पण पुढे बोलशील की नाही?''

''तेच सांगतोय. आपल्यातला जो आधी मरेल, त्यानं दुसऱ्याला या ना त्या प्रकारे सगळं सांगायचं!''

''चालेल!'' मी प्रामाणिकपणे उत्साहाने म्हणालो, ''पण, भीती नाही दाखवायची!- काय?''

क्षणात त्याचं गांभीर्य नष्ट होऊन, तो व्रात्य मुलासारखा हसू लागला.

पण आमचं तेव्हाच ते पक्कं ठरलं. दर भेटीत एकदा तरी आम्ही एकमेकांना या वचनाची आठवण करून द्यायचो. मग त्याच दिशेनं सुसाट चर्चा.

ॲक्चुअली, मृताच्या आत्म्याला कोणतंच स्वातंत्र्य नसलं किंवा एका भक्क पोकळीशिवाय त्या विश्वात खरं काही नसेलच, तर?

तर वर्षश्राद्धापर्यंत वाट बघायची! त्या वेळेपर्यंत मृताकडून काही समजलं नाही तर, मरणोत्तर असं काही नसतं! आणि मग श्राद्ध, पक्ष, पिंडदान....काही नाही!

आमचं हे ठरल्यापासून तो जरा हरवल्यासारखा वाटू लागला. बोलणं चाललेलं असताना मध्ये ब्लँकच व्हायचा. एखादी गोष्ट दोन-तीन वेळा सांगितली, तरी मेंदूपर्यंत पोचायची नाही. स्वत: काही सांगायला लागला तर, आपण एवढ्यातच हे सारं बोललो आहोत हेही लक्षात यायचं नाही, वा मीच सांगितलेलं काहीतरी आपलं म्हणूनही ऐकवायचा!

अर्थात, हे सतत नाही काही. तो सतत याच पद्धतीत वागू लागला असता तर, इतरांप्रमाणेच मीही त्याला वेडा ठरवून हॉस्पिटलाइजड् करायला कमी केलं नसतं. मधूनच त्याची ती तंद्री लागायची.

तो माझा मित्र खरा; पण त्या तंद्रीतले त्याचे मनोव्यापार मला कधी समजू शकले नाहीत. रिझल्ट म्हणून कोणतंतरी विचित्र, अतर्क्य विधान तेवढं सामोरं यायचं. काही विचारलं तर हसण्यावारी न्यायचा. उडवाउडवी करायचा.

एकदा संध्याकाळपासून जो गायब झाला, तो कुठे सापडायलाही तयार नाही! आमची नेहमीची ठिकाणं पालथी घालून झाली. शेवटी म्हटलं, अचानक काही कारणानं किंवा लहर म्हणूनही, हा गेला कुठेतरी गावाला!

तर, सकाळी अगदी उजाडता-उजाडता हजर! केस विस्कटलेले. डोळ्यांच्या कडा लालसर.

तोंडाला आंबुस वास!

म्हणजे, हे आता नवीन लफडं!

खोदून खोदून विचारलं तर म्हणाला, ''तसा मी काही पहिल्यांदाच पीत नाहीयं. अधून मधून घेतो थोडीशी! तितकीशी वाईट नसते, प्रमाणात घेतली तर! मेंदू फार तल्लख होतो. काही वेळा त्रिमितीपलीकडलेही विचार सुचतात!''

''पण, रात्रभर होतास कुठे?''

तर,

''स्मशानात!''

पाहतच राहिलो. एकीकडे त्याची भीतीही वाटायला लागली, की हा वाया जातो की काय!

नाही तर काय, रात्रभर स्मशानात? कारणच काय? दिवसाढवळ्याही कोणी नाइलाज असल्याशिवाय जिथे जाणार नाही, तिथे हा रात्र कसा काय काढतो?

वाटलं, त्याच्याशी हळूहळू संबंध कमी करायला लागलं पाहिजे. संपर्क तोडून, त्याच्या त्या दडपण आणणाऱ्या व्यक्तिमत्त्वापासून वेळीच सुटका करून घेतली पाहिजे.

त्या वेळी, नि त्यानंतरही हे बऱ्याचदा वाटलं, पण कधी जमलं नाही. त्याच्या एकंदर व्यक्तिमत्त्वातच असं काही आकर्षण, की परिघात

आलेल्याची चटकन सुटका होऊ नये!

आणि, मी तर गेली कित्येक वर्षं त्याच्या सान्निध्यात!

त्यानंतर तो अधून-मधून असाच गायब व्हायला लागला. एक-दोन दिवसांनी कधीतरी उगवायचा न् म्हणायचा. स्मशानात मुक्कामालाच होतो!

हळूहळू त्याला जिवंत जगापेक्षा ते मृतांचं जगच जवळचं वाटू लागलेलं असावं! निवांत वेळी प्रेयसीला भेटायला जावं, इतक्या सहजपणे तो स्मशानात जाऊन बसायचा.

त्याच्या सततच्या सहवासामुळे त्याच्या विचारप्रणालीची मलाही थोडीफार लागण झाली होती. पण समाजाशी जोडलेली नाळही तुटली नव्हती. त्याचा परिणाम म्हणून बऱ्याचदा मी द्विधा व्हायचो. वाटायचं, जावंच एकदा त्याच्याबरोबर. नेहमी तिथल्या शांतीचं वर्णन करतो....अनुभवावी एकदा!

पण धाडस व्हायचं नाही.

एकदा सांगायला लागला —

"मरणोत्तर अस्तित्व असतं, यावर आता माझा चांगलाच विश्वास बसायला लागलाय!"

म्हटलं, "तू भ्रमिष्ट व्हायला लागला आहेस!"

तर म्हणे, "तू एकदा तिथे एक रात्र घालवून बघ, म्हणजे अनुभव येईल. तुझं तुलाच पटेल!"

सुरुवातीला तो आपल्या तिथल्या वास्तव्याबद्दल, विचारल्याशिवाय सांगायचा नाही. नंतर उत्स्फूर्तपणे तो त्याबद्दल अनाहूत माहिती द्यायला लागला. पण त्यानं मला कधी त्यात ओढलं नाही. आणि आता मात्र तो मला एकदा तरी चालण्याचा आग्रह करू लागला.

डेन्जरच होतं सगळं!

म्हटलं, काय वाटेल ते असो...याच्याबरोबर भलत्यासलत्या ठिकाणी जायचं नाही.

या दिवसांत त्याचं दारूचं प्रमाणही लक्षात येण्याइतकं वाढलं होतं. केव्हाही आला तरी तोंडाला वास असायचाच! दोन-चार वेळा मी त्याला कंपनीही दिली. म्हणजे, तो प्यायचा नि मी त्याचं बोलणं ऐकत बसायचो.

तसं मला दारूचं अगदीच वावडं नाही; पण त्याच्याबरोबर घ्यावी असं कधी वाटलंच नाही.

फार अधाशासारखा प्यायचा. त्याच्या जोडीनं स्मॉल पेग घेतला तरी, आपण दारूच्या व्यसनात पार खोल खोल अडकत चाललो आहोत, आणि त्यातून आपली कधीच सुटका होणार नाही, असं काहीतरी फीलिंग यायचं! तो ज्या गतीने प्यायचा, ती पाहूनही या आसपासचंच फीलिंग यायचं.

तो ज्या गतीने दारू आणि स्मशानाकडे खेचला जात होता, ती निश्चितच अटळ स्मशानाकडे नेणारी होती. पण त्याचे न् माझे संबंध अशा एका गूढ पातळीवर पक्के झाले होते, की मी त्याच्याबरोबर वाहवला जाऊ शकत नव्हतो, वा त्याला सोडूनही देता येत नव्हतं. सारखं वाटायचं— तो आणि समाज... या दोहोंमधला आपण एकमेव दुवा आहोत! आपण त्याला तोडलं की, तो समाजापासून पूर्णत: तुटेल. मग त्याला त्याच्या आत्मघाती वेगापासून कोणीही रोखू शकणार नाही.

मात्र माझं ऐकून घ्यायचा. त्याला पटायचं तरी, किंवा पटल्यासारखं दाखवायचा.

वाटतं, त्याला हे कळत असावं, पण वळत नसावं.

माझ्यासारखंच.

आमच्या संबंधात मला तरी कुठे वळत होतं?

* * *

मध्यंतरीच्या काळात माझ्या जीवनात एक छोटीशी; पण चांगली घटना घडली. एका साडी व्यापाऱ्याकडे मला चक्क नोकरी लागली. माझ्याकडे काउन्टर नव्हतं. दुकानाचा माल आणायला नगर, अहमदाबाद, कोईमतूर, म्हैसूर असं गावोगाव हिंडायचं. मालाचे नमुने पाहून ऑर्डर द्यायची. मी परत येईपर्यंत माल येऊन पडलेला असायचा. तो नमुन्याबरहुकूम आहे की नाही, ते तपासून घ्यायचं, हे माझं काम.

मी नव्या नवलाईने-उत्साहाने रंगून गेलो. त्या निमित्ताने, दुकानाच्या खर्चाने गावं पाहायला मिळत होती. नव्या ओळखी होत होत्या. मुख्य

म्हणजे त्याचा संपर्क बऱ्यापैकी तुटल्याने, पुन्हा माणसांत येण्याची चिन्हे दिसू लागली होती.

फारसा नसायचोच गावात.

तो येऊन गेल्याचं कळायचं. दिवसेंदिवस जास्तच भयाण होत चाललेली त्याची अवस्था कोणी ना कोणी रंगवून सांगायचं.

वाईट वाटायचं, पण मधल्या दुराव्याने थोडं अलिप्तही राहता यायचं.

मध्यंतरी म्हणे तो आला. पहाटेच्या सुमाराला. माझ्या दाराला कुलूप.

तरी त्याने दार वाजवलं. मला जोरजारात हाका मारून आसपासच्या लोकांची झोपमोड केली.

कोणीतरी त्याला सांगायचं प्रयत्न केला, की नानू नाहीये. गावाला गेला आहे. चार-पाच दिवस तरी येणार नाही.

खूप लोड झाल्यामुळे असेल, किंवा त्या क्षणी मी भेटणं ही त्याची निकड असेल! पण त्याला ते पटेना.

माझा नानू दार उघडत नाही. मला आत घेत नाही, म्हणून तासभर पायरीवर बसून गळे काढत राहिला.

ज्या सकाळी मी परत आलो, त्याच सकाळी मला हे सगळं समजलं. शेजाऱ्यांचा वैताग जाणवला. त्याहीपेक्षा त्याची निकड जाणवली.

आठ दिवसांचा दौरा उरकून आलो होतो. खूप धावपळ, दमणूक झाली होती. झोपलो असतो तर संध्याकाळपर्यंत उठलो नसतो.

पण चैन पडेना.

म्हटलं, आजही प्रवासात आहोत असं मानून, त्याला शोधून काढावं.

बाहेर पडलो.

त्याच्या घरी.

खरंतर, तिथे शोध घेणं ही माझीच चूक होती. घरात तो कधी नसायचाच. आणि दार साधं लोटलेलंसुद्धा नसायचं.

म्हणायचा — इथून नेण्यासारखं आहेच काय?

आता ते खरं होतं.

जे काही थोडेफार किंमत येऊ शकणारं असेल, ते त्यानंच गरजेपोटी

विकून टाकलं होतं. बाकीचं चोरा-चिलटावारी गेलं होतं.

आणि हा असा, की यातलं आपण काय विकलं न् चोरीला गेलं, हेही सांगता यायचं नाही. मुळात, होतं काय, हे तर आठवायला पाहिजे!

केर-कचरा, भेळ, चणे, शेंगदाण्याचे कागद, टरफलं.

दारूच्या रिकाम्या बाटल्या. एक कळकट ग्लास. इतर सारं किडूक-मिडूक.

कधीतरी भरून ठेवलेला पाण्याचा माठ. अस्ताव्यस्त कपडे, वगैरे.

एकदम लक्षात आलं —

त्याच्या बोलण्यात, स्मशानासमोरच असलेल्या कोणा झेंडे का ढगेनामक इसमाच्या गुत्त्याचा उल्लेख असायचा.

हा तिथे तरी असणार, नाहीतर स्मशानात तरी.

तडक स्मशानाचा रस्ता धरला.

मुख्य रस्त्याला शेवटी एक उजवा फाटा. तो ठामपणे स्मशानाकडेच जाणार.

याच रस्त्यावर 'मद्यालय' नावाचा तो देशी नि हातभट्टीचा गुत्ता.

देशी नि हातभट्टीचा मुक्काम हा स्मशानाचा अलीकडचा टप्पा असतो म्हणतात, ते हे असं खरं होतं.

माघारी फुलं वगैरे खुणा आधीपासूनच दिसल्या होत्या; पण त्या इतक्या ताज्या असतील, हे लक्षात आलं नव्हतं.

प्रेतयात्रा गुत्त्यावरून पुढे जात असतानाच मला तो दिसला. कुठल्याशा तिरिमिरीनं गुत्त्यातून बाहेर पडत होता.

आधी वाटलं, लांबून मी दिसल्यामुळे बाहेर आला असावा. पण नाही. त्यानं मला पाहिलंच नव्हतं.

तो बाहेर आला ते थेट त्या प्रेतयात्रेतच अगदी कळवळ्यानं सामील झाला.

म्हटलं, कोण एवढं त्याच्या परिचयातलं, नि मला माहीत नसलेलं?

चालण्याचा वेग वाढवला.

जवळ येईल तसा, एकही चेहरा पाहिल्यासारखादेखील वाटेना आणि तो थेट तिरडीमागनं घळघळा रडत-बिडत चाललाय.

खांद्याला स्पर्श केला.

एकदा वळून पाहिलं.

मला पाहताच, त्याचा चेहरा एकदम उजळला. डोळे चमकले.

क्षणार्धात, रडत होतो हेही विसरून, तो यात्रेतून बाजूला झाला.

विचारलं,"कोण"? तर म्हणे एक माणूस!

"तुझा कोण पण?"

तर, "कोणी नाही."

"मग, तू या यात्रेत सामील का झालास? तुला इतकं रडू कशाचं आलं?"

माणूस गेल्याबद्दल माणसाला प्रत्येक वेळी असं दुःख व्हायला पाहिजे.

म्हणे, आपलं कोणीतरी गेलं म्हणून रडणं- हा निव्वळ स्वार्थ आहे. आपल्यातून एक उणे झाला याचं वाईट वाटायला हवं. दर वेळी, स्वतःसाठी-देखील वाईट वाटणं योग्यच आहे. कारण, दर मृत्यूच्या वेळी आपण उघड्या डोळ्यांनी आपला मृत्यूच पाहत असतो आणि तरीही, ते सारं क्षणिक ठरतं. आपण त्यापासून बोध घेत नाही, याचंही वाईट वाटायला हवं.

त्याचं ते सारं स्पष्टीकरण मनाला कुठेतरी पटण्यासारखं वाटलं, पण त्याच्या प्रतिक्रिया, कृती असंबद्ध वाटल्या. तो ज्ञानी आणि ठार वेडाही वाटू लागला.

काही ठरवताच येईना. त्रिशंकूसारखी अवस्था झाली.

आणि बऱ्याच दिवसानंतर मी भेटल्याच्या उत्साहात, त्याचं आपलं बोलणं अव्याहत चालूच.

एकदा अनुभव घ्यायचा म्हणे, प्रेत होण्याचा!

कसा?

तर, प्रेताच्या ताटीशेजारीच निश्चेष्टपणे उताणं पडायचं. डोळे मिटून घ्यायचे. श्वास मंदमंद करीत नगण्य करून टाकायचा. आणि मग, कणकेचा एक गोळा कपाळावर. एक तोंडावर, दोन खांद्यावर दोन.

एक छातीवर वगैरे!

मी पार हबकूनच गेलो. उगाचच आपला तो तसा डोळ्यांसमोर

यायला लागला.

म्हणालो, काहीतरी अभद्र बोलू नकोस!

पण, त्याला ते अभद्र वाटायला पाहिजे ना! त्याच्या दृष्टीने, तीच अवस्था कदाचित जिवंतपणे मृत जगाशी संपर्क साधण्याची होती.

तळ्यातही नि मळ्यातही!

हे सगळं बोलत असतानाच, त्याला जोरदार भुकेची जाणीव झाली. दोनतीन दिवसांत धड खाल्लंही नाही, काहीतरी खायला दे, म्हणाला. गुत्यात गेलो तर सिद्रमप्पा आम्लेट्स वगैरे काहीतरी करून देईल. मीच नको म्हणालो. कारण तिथे गेलं की हा पिणार...

रस्त्यावरचं दुसरं हॉटेल गाठलं.

ऑर्डर देणं मजबूत. ये लाव—वो लाव.

खाण्याच्या नावाने शंख.

कशाला चवच नाही. थोडे खाल्लं ना खाल्लं.....अंहं, नको. जात नाही. मळमळतं.

हे असंच होतं म्हणे, हल्ली. डोळ्यांसमोर येईपर्यंत पदार्थांच्या नावांनी तोंडाला पाणी सुटतं. नंतर सगळं बेचव. शेण.

एकच पदार्थ आता खाऊन पाहायला राहिलाय. पिंडाचा भात!

ठेवला, की एकदम आपणच झेप घ्यायची....शुत करून कावळा हाकून लावत पिंड तोंडात टाकून द्यायचा.

त्याचं ते बोलणं नुसत्या कल्पनेतदेखील अंगावर शहारे आणणारं होतं. त्याची नाळ संपूर्णतः तुटत चालली होती, नि दुसऱ्याच कुठल्यातरी अघोरी जगाशी घट्टपणे सांधू पाहत होती.

अवस्था अशी, की परावृत्त करणं केवळ अशक्य!

उपाय एकच — निष्ठुरपणे त्याच्याशी असलेले संबंध कायमचे संपवून टाकणं!

मी अगदी तडकापडकी या निर्णयाला येत असतानाच, तो डोळ्यांत प्राण आणून म्हणत होता —

"आजची रात्र मला सोबत करशील? ते मला फार त्रास देतात!

आलो नाही तर 'ये-ये' म्हणून हाक मारतात. त्यांच्यात खूप सुंदर-सुंदर, देखण्या मुली आहेत. त्याही लाडिकपणे साद घालतात. कानात प्रेमाची गाणीही म्हणतात!''

काही कळेच ना, काय म्हणतोय ते!

इकडून.....तिकडून, सरळ-सरळ, या वळणाने....या वळणाने, खोदून-खोदून चौकशी केली. तेव्हा लक्षात आलं —

ह्याला भास व्हायला लागले आहेत, नि ते भास आहेत, या सत्यापासून त्याची केव्हाच फारकत झाली आहे!

एक अखंड भुतावळच आहे, म्हणे, माझ्या मागावर! सरळ-सरळ चार-पाच कुटुंबं आहेत! त्यात नवरा-बायको आहेत, पोरी आहेत....सगळ्यांचं कार्य एकच. ह्याला प्रलोभनं दाखवून आपल्यात ओढायचं! त्याने तो तयार झाला नाही तर, साम-दाम-दंड-भेद.....सगळ्या नीतीचा अवलंब करून ते ह्याला त्यांच्यात यायला लावणारच!

अगदी निर्जीव केविलवाणेपणाने मी त्याला 'असं काही नसतं' वगैरे समजावून सांगायचा प्रयत्न केला.

तर, उखडला की! तुला काय वाटतं- मी डिरेलड् झालोय? मला खऱ्यासारखे भास होतायत? मी वेडा आहे? नाही. हे भास नाहीत! एक ना एक दिवस मला ते आपल्यात घेणार! बघशीलच तू.

आणखी काही समजावून सांगण्यात अर्थच नव्हता.

तो सगळ्या समजुतींच्या पार झाला होता. त्याच्या अगम्य मनोव्यापारातलं तितकंच अगम्य विश्व, त्याच्यापुरतं सत्यात उतरू पाहत होतं.

वेटरला खूण करून बिल करायला सांगितलं. त्याला उठण्यासाठी खूण करीत, स्वत: उठलो.

काउन्टरच्या दिशेनं आम्ही जेमतेम दोन पावलं टाकली नसतील, तर तो एकदम दचकल्यासारखा थांबला. माझ्या हातावर आपल्या पंज्यांची घट्ट पकड रोवत म्हणाला,

''ते पहा! एक समोरच उभा आहे! आणि चार-पाच जण दबा धरून लपून बसलेत! त्यांच्या हातात तलवारी आहेत नानू! आणि ते तुला मारायला

आलेत!''

ऐकून, क्षणभर माझ्याही काळजाचा ठोका चुकला. प्रतिक्षिप्तपणे मी दरवाजाच्या दिशेने नजर टाकली.

एक माणूस तेवढा बिलातून उरलेल्या रकमेतली चिल्लर मोजून घेत होता. त्याच्याशिवाय दुसरं कोणी नव्हतंच.

म्हटलं, चल! बघू, कोण काय करतं!

पण त्याचा एकूण धीरच खचल्यासारखा झाला होता. भीतीने तो थरथर कापत होता. कसायाकडे ओढल्या जाणाऱ्या गायीसारखा घट्टपणे विरोधात पाय रोवून उभाच राहिला.

मागच्या दारानं बाहेर पडू. मी त्यांना थोपवतो. मला ते काही करणार नाहीत!

एवढंच सारखं.

तमाशा नको म्हणून, नाइलाजानं मी वेटरच्या हातात बिलाचे पैसे दिले. भटारखान्याच्या दरवाजातून बाहेर पडलो.

संताप अगदी अनावर झाला होता. त्यात हेही लक्षात आलं नाही, की या अवस्थेतही त्याला स्वतःसाठी नाही, माझ्यासाठी भीती वाटत होती.

भराभरा विचार करीत निर्णय घेऊन टाकला.

तो पंधरा मिनिटांनंतर मला रस्त्याच्या दुसऱ्या कॉर्नरला येऊन भेटला. सांगायला लागला- ''मी त्यांना दम दिला, तसे पळून गेले. नाहीतर, त्यांचं चाललंच होतं- तू येत नाहीस, तर त्याला — तुझ्या मित्राला घेऊन जातो.''

हसावं, का रडावं- कळेना.

आणि तो अगदी काळजीच्या प्रामाणिक स्वरात म्हणत होता,

''काय करावं रे? ते हरामखोर आपली धमकी खरी करायला मागे-पुढे पाहणार नाहीत. आपलं ईप्सित साध्य करण्यासाठी त्यांना कोणताही मार्ग निषिद्ध नाही. आज मी होतो....दर वेळी मी असेनच असं सांगता येत नाही! त्यापेक्षा स्वतःलाच त्यांच्या स्वाधीन करावं म्हणतो!- कसं?''

त्याची ती एकूणच कल्पना अत्यंत खुळचटपणाची, नि हास्यास्पद होती. पण त्याच्या सेन्ट परसेन्ट विश्वास दाखवण्यामुळे मला तसं सांगता येईना.

शेवटी, त्यानं मला पर्याय सांगितला. जो या ना त्या प्रकारे मीच त्याला सांगणार होतो.

— मी (त्याच्यापुरता अर्थात) सहा महिने फिरतीवर जाणार असल्याने त्याला भेटू शकणार नव्हतो.

तो बिचारा मला तेच सांगत होता.

* * *

ती माझी थाप अगदी यशस्वी झाली. त्यापासून सुटका करवून घेण्यासाठी मी खोटं बोलतो आहे, अशी शंकासुद्धा त्याच्या मनाला शिवली नाही.

त्यानेच मला मार्ग सुचवला होता — फिरतीवर जा. या गावात काही महिने तरी येऊ नकोस.

मी त्याचाच फायदा घेऊन, सहा महिन्यांसाठी फिरतीवर जात असल्याचं त्याच्यापाशी जाहीर करून टाकलं.

त्यानंतर तीन-चार वेळाच असे प्रसंग आले, की मला स्वतःचं अस्तित्व प्रकट करण्याची फार इच्छा झाली. पण मी 'फिरतीवर असल्याने, आणि पुढचे संभाव्य धोके लक्षात घेऊन, ते टाळलं.

आता, सगळं घडून गेल्यावर वाईट वाटतं. आपण त्याच्या परिस्थितीकडे दुर्लक्ष केले. त्याला त्याच्या नशिबावर सोडून दिले. आपण त्यात कुठे अडकायला नको म्हणून, हिशेबीपणाने कठोर झालो....कदाचित, आपण असं केलं नसतं; तर त्याचा सर्वनाश थोडातरी पुढे ढकलता आला असता का?

पण, अगदी मानवी स्वभावाची जडण-घडण विचारात घेऊन, मी जो निष्कर्ष काढला तो असा —

एखादी घटना घडून गेल्यानंतर, अमक्या एका परिस्थितीत, आपण अमुक एक केलं नसतं, असे निष्कर्ष काढता येतात. कारण, त्या वेळी परिणामच माहीत झालेले असतात!

ज्या वेळी परिणाम अदृश्य असतात, ते निरनिराळ्या क्रिया-प्रतिक्रियांवर अवलंबून असतात, तेव्हा आपल्या हाती काहीच असत नाही. बुद्धीला पटेल त्यानुसार वागत जायचं. बास!

मीही तेच केलं.

त्याला कोणा मानसोपचार, तज्ज्ञाकडे न्यावं, ट्रीट करावं...असे विचार अभावानेच पण माझ्या डोक्यात येऊन गेले होते. पण त्याचा मी इतक्या जवळून अभ्यास केला होता, अनुभव घेतला होता, क्षणाक्षणाला तो घडत असताना पाहिला होता, की अर्धवट भरलेल्या बादलीत थेंबाथेंबाने टपकणाऱ्या पाण्याने भर पडताना दिसते, पण याच थेंबांनी बादली कधीतरी वाहून जायला लागेल, हे लक्षात येऊ शकत नाही. असंच काहीसं त्याच्यातल्या सूक्ष्म बदलांच्या परिचयाबाबत माझंही झालं असावं.

लक्षात आलं तेव्हा, अर्थातच, बादली वाहूनच काय गंजून तिला मोठाली भोकंही पडून गेली होती.

आणि दुसरं कारण 'पैसा' वा 'मानसोपचारतज्ज्ञा' बाबतची सामान्य माणसाच्या मनात असलेली भीती, हेही असू शकेल. म्हणजे होतीच. तेच खरं कारणं होतं.

माझं धड लागी लागलेलं नव्हतं. दरमहाच्या एक तारखेची जुळणी अजून आटोक्यात यायची होती. आणि तो तर बॉर्नड् कफल्लकच! कसं करणार?

नंतर, दहा जणांनी उत्स्फूर्तपणे माहिती पुरवली की, मानसोपचार इतके महागडे नसतात. तू त्याला अमक्या हॉस्पिटलात नेलं असतंस, तर मोफत उपचारही झाले असते.

आधी मात्र हे कोणालाही सुचवावंसं वाटलं नाही. स्वतः पुढाकार घेणं दूरच!

असो. आता काय त्याचं?

तीन-चार वेळा तो रात्री-अपरात्री- पहाटे.....असा केव्हाही, वेळी-अवेळी येऊन गेला. पण गंमत म्हणजे, नानू आपल्या सांगण्यानुसार फिरतीवर गेला आहे, हे डोक्यात इतकं फिट्टं बसलेलं, की दाराला कुलूप नाहीये, हेही बिचाऱ्याच्या कधी लक्षात आलं नाही!

तास-अर्धा तसा असंबद्धपणे काहीतरी बरळत दाराच्या पायरीवर बसून राहायचा. त्यात, ''नानूला हात लावला नाऽ आँऽ'' अशा दमापासून काही असायचं! बंद दाराकडे पाहून मला काही मौलिक सूचनाही असायच्या,

नि 'काय करावं?' अशी विवश उद्विग्नताही असायची.

मला ते सगळं कळायचं. मी पूर्ण जागा व्हायचो. पण मनावर एक असं काही अनाकलनीय, जबरदस्त दडपण यायचं, की इच्छा असूनही दार उघडून त्याला आत घेण्याचं धाडस व्हायचं नाही.

एकदा तर, रस्त्यातच असा समोरून गेला. त्याने टक्क नजरेनं माझ्याकडे पाहिलंदेखील! वाटलं, आता हा थांबून बोलणार! काय सांगायचं, याबद्दल मनाशी विचारही सुरू झाला. पण त्याचं पाहणं आरपार होतं.

त्रिमितीपलीकडल्या शून्य मंडळात त्याची नजर कशाचा तरी वेध घेत होती. त्यानं मला पाहिलं होतं, पण माझं अस्तित्व त्याच्या मनानं स्वीकारलंच नव्हतं.

मीही त्याला हटकलं नाही. कारण, तो धुंदीत स्वत:शीच काहीतरी पुटपुटत हातवारे करीत चालला होता. आणि, मी आमच्या मालकांबरोबर काही कामासाठी चाललो होतो. त्यांना माझा एक 'असा' मित्र दिसावा, अशी माझी मुळीच इच्छा नव्हती.

आणि हे सगळं सर्वसामान्य मनुष्यस्वभावाला धरूनच आहे, असं मला अजूनही प्रामाणिकपणे वाटतं. आपल्या ओळखीतल्या — नात्यातल्या एखाद्या माणसाच्या विशिष्ट परिस्थितीची आपल्याला लाज वाटते....त्याची कोणाशी ओळख करून देणं अप्रशस्त वाटतं, याचा अर्थ तो माणूसच आपल्याला नको असतो — असा नाही. सहवासातून या माणसाच्या परिस्थितीकडे आपण ज्या सहानुभूतीनं, समजूतदारपणानं पाहू शकतो, त्या दृष्टिकोनाची त्रयस्थाकडून अपेक्षा करता येत नाही, म्हणून हा अलिप्तपणा असतो, इतकंच!

पण, खरं सांगतो —

आपण त्याला हे शेवटचं जिवंत पाहत आहोत, अशी शंकादेखील पुसटशी मनाला शिवली असती, तरी मी सगळी लाज वगैरे सोडून त्याला हाक मारली असती. त्याला नजरेआड होऊ दिलं नसतं.

कशाला, मुळातच मी दौऱ्यावर जाण्याची थापच मारली नसती.

पण विधिलिखितच ते!

रस्त्यात त्या दिवशी त्याला पाहिलं, ते शेवटचं!

त्यानंतर दिसलं ते त्याचं प्रेतच!

रात्रभर पाऊस पडतच होता.

वादळी वगैरे नसला तरी, माझ्या खोलीत चार-दोन ठिकाणी गळायला पुरेसा होता.

इथे बादली ठेव, तिथे पातेलं लाव....या सगळ्यात जागा करून झोपणं.

ओला. गारवा.

आणि, अगदी उजाडता-उजाडता गाढ झोप लागली, तर कोणीतरी दारावर थाप मारली.

आधी वाटलं, तोच असणार! पण हाका अपरिचित आवाजातल्या होत्या. उठून दार उघडलं, तर बाहेरची माणसं माझ्या नाव-पत्त्याबद्दल चौकशा करायला लागली.

म्हटलं, 'मीच तो. काय काम आहे?' तर त्यांच्या बोलण्यातून जे समजलं, ते भयाण-बधिर करणारंच! ही माणसं त्यांच्यातल्या कोणालातरी पोचवायला स्मशानात गेली होती. तिथे त्यांना तो दिसला.

त्यांच्या प्रेताच्या दहनासाठी जो गाळा देण्यात आला होता, त्यातच तो प्रेताच्या पोझिशनमध्ये झोपला होता.

कपाळावर, तोंडावर वगैरे कणकेचे गोळे!

पाहिलं, तर त्याला जाऊनही बराच वेळ झाला होता.

पोलिसांना वगैरे बोलावलं वाटतं. त्याचे डॉक्टरही आले.

तपासणीचा रिपोर्ट नंतर मिळाला, तो 'अतिरेकी मद्यपानाने मृत्यू' असाच असणार होता. पण, त्याच्या शरीरभर भाजल्याच्या-फोडांच्या खुणा होत्या. त्याबद्दलचं पोलिसांचं मत मला तेव्हाही पटलं नव्हतं, नि अजूनही पटत नाही.

त्यांचं म्हणणं- अतिरेकी मद्यपानामुळे त्याच्या जाणिवा खलास झाल्या होत्या. सवयीनुसार स्मशानात भटकत असतानाच तो चुकून गाळ्यात पडला. तिथेच झोपला. त्यामुळे ते फोड वगैरे.

आणि मग, त्या कणकेच्या गोळ्यांचं काय?

मला यातलं काहीच पटत नाहीये.

पाहू.

त्यानं दिलेला शब्द त्याला मरणोत्तरी आठवत असेल, आणि त्याला शक्य होणार असेल, तर तो या ना त्या प्रकारे माझ्याशी संपर्क साधेलच.

माझी खात्री आहे!

* * *

तो दारुड्या आणि नानू!

दोघांची मैत्री का व्हावी, हे आम्हाला कधीच समजलेलं नाही. पण नानूला त्याच्याबद्दल गाढ आत्मीयता होती, हे मात्र खरं.

दारुड्या मेला. त्याला यायचं होतं मरण आलं.

काळजी वाटते ती नानूची!

एकदम सरळमार्गी नि चांगल्या स्वभावाचा मुलगा. कधी कोणाच्या अध्यात, ना मध्यात!

दारुड्याचं जाणं त्यानं फारच मनाला लावून घेतलं आहे. त्याच्या मेंदूवरही थोडा परिणाम झाल्याचं आम्हा शेजाऱ्यांना जाणवतं; पण त्याला त्यातून बाहेर कसा काढावा, तेच समजत नाही!

तास न् तास कुठेतरी शून्यात नजर लावून बसलेला असतो. दारुड्याच्या नावाने हाका मारतो. मधेच, रात्री-अपरात्री कोणाशी तरी बोलत असल्यासारखा बडबड करतो. दोन-चारदा तर त्याला स्मशानात त्या जागी घिरट्या घालताना आम्ही स्वत:च पाहिलं आहे, जिथे त्याचा तो दारुड्या मेला.

आता नानूशी बोलायचीदेखील भीतीच वाटते.

काय होणार आहे त्याचं, परमेश्वरालाच ठाऊक!

* * *

सुरुवातीला आसपासचे शेजारी मला समजावून सांगायचे. तो आपल्या मरणानं मेला — जाऊ दे! त्या दारुड्यापायी उगाच कशाला विचार करण्यात तासन् तास घालवतोस, म्हणायचे.

पण, मी विचार करीत नाहीये, वाट पाहतो आहे.

तो संपर्क साधणार. दिला शब्द पाळणार.

मरणोत्तर अस्तित्वाबद्दल अजून निर्णायक असं काहीच त्याच्याकडून समजलेलं नाहीये. पण माझं अंतर्मन मला सारखं सांगतंय - त्याचे प्रयत्न चालू आहेत! आज ना उद्या, त्यात तो यशस्वी होईलच.

त्याला संधी मिळावी, म्हणून मी रात्र-रात्र जिवाचे कान करून जागा राहतो. जिथे माणूस गेला, त्या जागी त्याचा आत्मा घुटमळत राहतो, असं पूर्वी कोणी-कोणी म्हणजे तोच बहुतेक, म्हणाल्याचं आठवलं. म्हणून मी वेगवेगळ्या वेळा साधून स्मशानातल्या 'त्या' जागीही तास-तास थांबून आलो.

एक मात्र खरं आहे हं. तो म्हणतो, ते अगदी काही चूक नाही.

भीती वाटली नाही, तरी स्मशानात मनाला अथांग शांती लाभते. मला आवडलंय् ते ठिकाण.

तिथेच कधीतरी त्याची न् माझी भेट होईल, हे निश्चित.

नाहीतर, संपर्काचा आणखी एक हुकमी मार्ग मला सुचला आहे. तुम्हाला माहिताय्?

आपणच माध्यम व्हायचं! म्हणजे, जिवंतपणी, जिवंतपणाची सगळी लक्षणं त्यागून, आपण प्रेत बनायचं!

एकदा हे करून पाहिलं तर नक्की उपयोग होईल.

करून पाहावं, म्हणतो!

- तुम्हाला काय वाटतं?